ചരിത്രശാസ്ത്രം കുട്ടികൾക്ക്

charithrasasthram kuttikalkku

•

p t bhaskarapanicker

•

first chintha edition
september 2013

•

second edition
october 2014

•

published
chintha publishers, thiruvananthapuram

•

typesetting
minerva graphotechs, attukal

•

cover & illustration
sivan

വിതരണം

ദേശാഭിമാനി ബുക്ക് ഹൗസ്

H O തിരുവനന്തപുരം-695 035
phone: 0471-2303026, 6063026
www.chinthapublishers.com
chinthapublishers@gmail.com

ബ്രാഞ്ചുകൾ

ഹെഡ്ഡാഫീസ് ബ്രാഞ്ച് കുന്നുകുഴി • സ്റ്റാച്യു തിരുവനന്തപുരം • കെ എസ് ആർ ടി സി ബസ് സ്റ്റേഷൻ ആലപ്പുഴ • കെ എസ് ആർ ടി സി ബസ് സ്റ്റേഷൻ എറണാകുളം • ഐ ജി റോഡ് കോഴിക്കോട് • മാവൂർ റോഡ് കോഴിക്കോട് • എൻ ജി ഒ യൂണിയൻ ബിൽഡിങ് കണ്ണൂർ • സെൻട്രൽ ബസ് ടെർമിനൽ കോംപ്ലക്സ് താവക്കര കണ്ണൂർ

CR - 1396 / 3545
ISBn - 978-93-83903-77-1

ചരിത്രശാസ്ത്രം
കുട്ടികൾക്ക്

പി ടി ഭാസ്കരപ്പണിക്കർ

ചിന്ത പബ്ലിഷേഴ്സ്
തിരുവനന്തപുരം-695 035

പി ടി ഭാസ്കരപ്പണിക്കർ

1922 ഒക്ടോബർ 15 ന് പാലക്കാട് ജില്ലയിലെ അടയ്ക്കാപ്പുത്തൂരിൽ ജനിച്ചു. വിദ്യാഭ്യാസാനന്തരം സ്കൂൾ അധ്യാപകനായി ജോലി നോക്കി. പിന്നീട് പ്രധാനാധ്യാപകനായി. കമ്യൂണിസ്റ്റ് പാർട്ടിയുടെ സജീവപ്രവർത്തകനായിരുന്നു. പാർട്ടി നിരോധിച്ചിരുന്ന ഘട്ടത്തിൽ ഒളിവിലും ജയിലിലുമായി മൂന്നുവർഷത്തോളം കഴിഞ്ഞു. ആധുനികകേരളരൂപീകരണത്തിൽ മുഖ്യ പങ്ക് വഹിച്ചിട്ടുണ്ട്. ഗ്രന്ഥശാലാപ്രസ്ഥാനം, ശാസ്ത്രസാഹിത്യപ്രസ്ഥാനം എന്നിവയുടെ സ്ഥാപകനേതാക്കളിലൊരാളായിരുന്നു. ഇ എം എസ് മന്ത്രിസഭയിലെ വിദ്യാഭ്യാസമന്ത്രി ജോസഫ് മുണ്ടശ്ശേരിയുടെ സെക്രട്ടറിയായിരുന്നു. 1959 മുതൽ 1965 വരെ കേരള പബ്ലിക് സർവീസ് കമ്മീഷൻ അംഗമായിരുന്നു. 1969 മുതൽ 1971 വരെ *വിശ്വവിജ്ഞാനകോശ*ത്തിന്റെ എഡിറ്ററായി പ്രവർത്തിച്ചു. 1971 മുതൽ 1974 വരെ ഗ്രന്ഥശാലാസംഘം അധ്യക്ഷനായിരുന്നു. *വിദ്യാലോകം, ശാസ്ത്രഗതി, ശാസ്ത്രകേരളം, പുസ്തകസമീക്ഷ* തുടങ്ങിയ പ്രസിദ്ധീകരണങ്ങളുടെ എഡിറ്ററായിരുന്നു.

നിരവധി ശാസ്ത്ര സാഹിത്യഗ്രന്ഥങ്ങൾ രചിച്ചിട്ടുണ്ട്.

1997 ഡിസംബർ 30 ന് അന്തരിച്ചു.

ഉള്ളടക്കം

പ്രസാധകക്കുറിപ്പ്

മലയാളികൾക്ക് ശാസ്ത്രീയബോധം പകരുന്നതിൽ അഗ്രഗണ്യനായിരുന്നു പി ടി ഭാസ്കരപ്പണിക്കർ. ഒട്ടേറെ ശാസ്ത്ര-വൈജ്ഞാനിക ഗ്രന്ഥങ്ങൾ അദ്ദേഹത്തിന്റേതായി പുറത്തു വന്നിട്ടുണ്ട്. കുട്ടികൾക്കായി അദ്ദേഹം രചിച്ച ഒമ്പതു പുസ്തകങ്ങൾ ചിന്ത പുറത്തിറക്കുന്നു.

കുട്ടികളുടെ മാർക്സ്, കുട്ടികളുടെ ലെനിൻ, കുട്ടികളുടെ എംഗൽസ്, മാർക്സിസം കുട്ടികൾക്ക്, ഭൗതികവാദം കുട്ടികൾക്ക്, തത്വശാസ്ത്രം കുട്ടികൾക്ക്, ശരീരശാസ്ത്രം കുട്ടികൾക്ക്, ചരിത്രശാസ്ത്രം കുട്ടികൾക്ക്, പ്രകൃതിശാസ്ത്രം കുട്ടികൾക്ക് എന്നിവയാണാ പുസ്തകങ്ങൾ.

1970 കളുടെ മധ്യത്തിലാണ് ഈ പുസ്തകങ്ങൾ ആദ്യമായി പുറത്തിറങ്ങുന്നത്. ചരിത്രത്തിന്റെ കുത്തൊഴുക്കിൽ പല രാജ്യങ്ങളും സ്ഥലങ്ങളും അതേ പേരിൽ ഇന്നു നിലവിലുണ്ടാവില്ല. ശാസ്ത്രവിഷയങ്ങളിൽ കൂടുതൽ പുരോഗതി കൈവരിച്ചിട്ടുണ്ട്. എന്നിട്ടും ഈ പുസ്തകത്തിലെ മുഖ്യപ്രമേയങ്ങൾക്ക് കാതലായ മാറ്റം വന്നിട്ടില്ല. പി ടി ഭാസ്കരപ്പണിക്കർ ജീവിച്ചിരുന്നുവെങ്കിൽ അദ്ദേഹം തന്നെ തന്റെ കൃതികൾ കാലാനുസൃതമായി നവീകരിക്കുമായിരുന്നു. അനൗചിത്യമാകുമെന്നതിനാൽ ഞങ്ങൾ അതിനു മുതിരുന്നില്ല. ഈ പുസ്തകങ്ങളുടെ ചിന്താ പതിപ്പ് കുട്ടികൾക്കായി പുറത്തിറക്കുന്നതിൽ സന്തോഷമുണ്ട്. *ചരിത്രശാസ്ത്രം കുട്ടികൾക്ക്* ഇറങ്ങി ഒരുവർഷത്തിനകം വിറ്റുതീർന്നു. കൂട്ടുകാർ ഈ പുസ്തകത്തിനു നല്കിയ സ്വീകരണം തുടർന്നും പ്രതീക്ഷിക്കുന്നു.

ചിന്ത പബ്ലിഷേഴ്സ്

1

ഭൗതികശാസ്ത്രവും ചരിത്രവും

ഭൗതികശാസ്ത്രത്തിന് ചില നിയമങ്ങൾ എല്ലാം ഉണ്ട്. ചരിത്രത്തിന് അങ്ങനെ വല്ല നിയമവും ഉണ്ടോ?

ബുദ്ധിമാന്മാർ വളരെക്കാലം ഇതിനെപ്പറ്റി ആലോചിച്ചു. മനുഷ്യസമൂഹം എങ്ങനെ വളരുന്നു? എങ്ങനെ വികസിക്കുന്നു?

ഇന്നത്തെ മനുഷ്യൻ-സ്ത്രീയും പുരുഷനും-ഇന്നത്തെ സമൂഹത്തിൽ ജീവിക്കുന്നു; മത്സ്യം വെള്ളത്തിൽ ജീവിക്കുന്നതുപോലെ.

വെള്ളത്തിൽ ജീവിക്കാനുള്ള പല പ്രത്യേകതകളും മത്സ്യത്തിനുണ്ട്. ഈ സമൂഹത്തിൽ കഴിഞ്ഞുകൂടാനുള്ള പല സവിശേഷതകളും മനുഷ്യനുമുണ്ട്.

വെള്ളത്തിൽനിന്ന് കരയിലേക്കിട്ടാൽ മത്സ്യം ചാവുന്നു. സമൂഹത്തിൽനിന്നും വിട്ട് മനുഷ്യന് ജീവിക്കാൻ വിഷമമാണ്.

എന്താണീ സമൂഹം? മണ്ണും മനുഷ്യനും വായുവും അടുത്ത വീട്ടുകാരും റോഡും വാഹനവും സ്കൂളും ഫാക്ടറിയും പുസ്തകവും ആശയവും കലകളും വയലും വീടും പട്ടണവും നാട്ടിൻപുറവും എല്ലാം സമൂഹത്തിൽപ്പെടുന്നു. ഓരോ സമൂഹത്തിനും ചില അഭിപ്രായങ്ങൾ ഉണ്ട്. ചില ധാരണകൾ ഉണ്ട്. പഴയതാവും ചില അഭിപ്രായങ്ങൾ. ചില ആശയങ്ങൾ പുതിയ

താവും. സമൂഹമാകെ, ദിവസംതോറും മാറിവരികയാണ്.

സമൂഹത്തിലെ ജീവിതത്തിൽ ഏറ്റവും പ്രധാനപ്പെട്ട ഭാഗം എന്താണ്? ചിലർ പറയുന്നു, ഓരോ കാലത്തേയും ആശയമാണ് ആ കാലത്തെ മാറ്റുന്നതെന്ന്. ആശയങ്ങളാണോ സർവപ്രധാനം? തീർച്ചയായും ആശയങ്ങൾക്ക് പ്രാധാന്യമുണ്ട്. പക്ഷേ

സമൂഹത്തെ മാറ്റുന്നത് ആശയങ്ങൾ മാത്രമല്ല. മഹാന്മാരാണോ മാറ്റം വരുത്തുന്നത്? അല്ല. അപ്പോൾ സമൂഹജീവിതത്തിൽ മാറ്റം വരുത്തുന്നത് മഹാന്മാരായ ചിന്തകന്മാരും രാജാക്കന്മാരും ആണെന്ന് പണ്ടുള്ളവർ വിശ്വസിച്ചിരുന്നു. അവർ രാഷ്ട്രീയമായി പല മാറ്റങ്ങളും വരുത്തി എന്നതു ശരിതന്നെ.

പഴയ രീതിയിൽ ചരിത്രം പഠിക്കുന്നവരും പഠിപ്പിക്കുന്നവരും ഉണ്ട്. മാർക്സിനും എംഗൽസിനും ശേഷം, ചരിത്രശാസ്ത്രം വളർന്നിരിക്കുന്നു.

ആദ്യം ജീവിക്കണം. പിന്നെയല്ലേ ചിന്തിക്കുന്നുള്ളൂ? ആദ്യം ഭക്ഷിക്കണം. വേണ്ടേ? വിശപ്പടങ്ങാതെ, എത്ര വലിയ കാര്യവും നാം ശ്രദ്ധിക്കുന്നില്ല.

ആറുമാസം പ്രായമായ കുട്ടി കരയുന്നു. ആശയത്തിനുവേണ്ടിയാണോ? അല്ല. പിന്നെയോ? മുലപ്പാലിനുവേണ്ടിയാണ്, ഭക്ഷണത്തിനുവേണ്ടിയാണ് കരയുന്നത്. ആ കുട്ടി തന്നെ അമ്മയുടെ മുഖത്തുനോക്കി ചിരിക്കുകയും ചെയ്യുന്നു.

ഭക്ഷണംമാത്രം പോരാ. തണുപ്പിൽനിന്നു രക്ഷവേണം. വസ്ത്രംവേണം. മഴയിൽനിന്നും വെയിലിൽ നിന്നും രക്ഷപ്പെടണം. അതിനു വീടുവേണം.

ആദ്യത്തെ മനുഷ്യൻ കഴിച്ച ഭക്ഷണവും ഇന്നത്തെ ഭക്ഷണവും തമ്മിൽ വ്യത്യാസമുണ്ട്. പച്ചമാംസം നാം കഴിക്കാറില്ല. ആദ്യകാലത്തെ പുലിത്തോലും മരവുരിയുമല്ല ഇന്നു നാം ധരിക്കുന്നത്. പഴയ ഗുഹകളിലല്ല വീടുകളിലാണ് നാം പാർക്കുന്നത്. ഇതൊക്കെ എങ്ങനെ സംഭവിച്ചു? ഈ മാറ്റങ്ങൾ എങ്ങനെ ഉണ്ടായി?

2

അധ്വാനം

പഴയകാലത്തെ മനുഷ്യന് ഭക്ഷണവും തുണിയും പാർപ്പിടവും വേണം. ഇവ പ്രകൃതിയിൽനിന്ന് എടുക്കണം. കായും കിഴങ്ങും പറിച്ചെടുക്കണം. മൃഗങ്ങളെ വേട്ടയാടണം. മീൻപിടിക്കണം.

മൃഗത്തിന്റെ തോൽ ഉരിഞ്ഞെടുത്ത് ഉണക്കി തുണിയായി ഉപയോഗിക്കാം. കാട്ടിലുള്ള മുളയും മരക്കൊമ്പുകളും വെട്ടി വീഴ്ത്തി പാർപ്പിടമുണ്ടാക്കാം.

പക്ഷേ, അതിനൊക്കെ കഴിയണമെങ്കിൽ ആയുധം വേണം. പല്ലും നഖവും മാത്രം ആയുധമാക്കി ഉപയോഗിച്ചാൽ പോരെന്നു വന്നു. വെറുംകൈയോടെ എന്തുചെയ്യാനാണ്?

ചീറിവരുന്ന പുലിയെ കൊല്ലാൻ എന്താണ് വഴി? ഓടിപ്പോകുന്ന മാനിനെ പിടിക്കാൻ എന്തുവഴി? മനുഷ്യന്റെ ചിന്ത തുടങ്ങി. ആവശ്യത്തിൽനിന്നാണ് ചിന്ത ഉണ്ടായത്.

ഒരു കല്ലെടുത്ത് എറിഞ്ഞാലോ? അങ്ങനെ ചെയ്തപ്പോൾ, പുലി ചത്തില്ലെങ്കിലും അത് പേടിച്ച് ഓടിപ്പോയി. മനുഷ്യന് ഒരു ആയുധം കിട്ടി.

ഇന്നും ഓടിപ്പോകുന്ന പട്ടിയെ കുട്ടികൾ കല്ലെടുത്തെറിയുന്നു. കഴിയുമെങ്കിൽ അതിന്റെ കാലൊടിക്കാനാണ് ശ്രമം. പഴയകാലത്തെ മനുഷ്യന്റെ അതേ പ്രവൃത്തി നാം അറിയാതെ ചെയ്യു

കയാണോ? മുജ്ജന്മവാസന പെട്ടെന്ന് ഇല്ലാതാവില്ലല്ലോ.

കല്ലുണ്ടായാൽമാത്രം പുലി പേടിക്കില്ല. പുലിയെ പേടിപ്പിക്കണമെങ്കിൽ മനുഷ്യൻ ബോധപൂർവം കല്ല് എടുത്ത് എറിയണം. അധ്വാനവുംകൂടി കല്ലിനോടു ചേരണം. എങ്കിലേ പുലി പേടിച്ച് ഓടിപ്പോകൂ. കല്ലിനെ ആയുധമാക്കിയത് അധ്വാനമാണ്. കല്ലിനെയല്ല, അധ്വാനത്തെയാണ് പുലിക്കു പേടി.

അധ്വാനിക്കാൻ മനുഷ്യന് കഴിവുണ്ട്. ശരീരത്തിലെ മാംസപേശികളുടെ ശക്തി ഇതിനായി ഉപയോഗിക്കുന്നു. അതിൽനിന്ന് ഫലം കിട്ടുന്നു. ഇന്ന് അധ്വാനിക്കുന്നത് കൂലി കിട്ടാനാണ്. അന്ന് ഇരപിടിക്കാനും വന്യമൃഗങ്ങളിൽനിന്നു രക്ഷപ്പെടാനുമാണ് അധ്വാനിച്ചത്.

ഉരലിലിട്ടു നെല്ലുകുത്തിയാൽ, ഉമിയും അരിയും വേറെയാവുന്നു. അപ്പോൾ, നെല്ലിൽ നിന്ന് അരിയും ഉമിയും മാറ്റിയത് അധ്വാനമാണ്.

മുള വെട്ടിയെടുക്കണം ഒരു വീടുണ്ടാക്കാൻ. പക്ഷേ എന്തുകൊണ്ടാണ് മുളവെട്ടുക? പുലിയെ എറിഞ്ഞ കല്ലുകൊണ്ടുതന്നെ മുളവെട്ടാൻ പറ്റില്ല. പുതിയ എന്തെങ്കിലും ആയുധം വേണം. ഒരു കല്ലിന്റെ മൂർച്ചയുള്ള ഭാഗവും മനുഷ്യാധ്വാനവും കൂടി ഉപയോഗിച്ച് മുള മുറിക്കാം എന്നുവന്നു. കല്ലുകൾകൊണ്ടുതന്നെ പലതരം ആയുധങ്ങൾ ഉണ്ടാക്കി. അധ്വാനം ആയുധമായി മാറി. ഒരു ആയുധവും ബുദ്ധിയും അധ്വാനവും ചേർന്ന് പുതിയ ആയുധങ്ങൾ ഉണ്ടാക്കി. അങ്ങനെയാണ് മാറ്റങ്ങൾ വന്നത്. ഇന്നും വന്നുകൊണ്ടിരിക്കുന്നത്.

വടി നല്ലൊരായുധമാണ്. പാമ്പിനെ തല്ലിക്കൊല്ലാം. മാമ്പഴം എറിഞ്ഞുവീഴ്ത്താം. വെള്ളത്തിന്റെ ആഴം എത്രയെന്നറിയാം. കാലിന് ഉളുക്കുള്ളപ്പോൾ വടികുത്തി നടക്കാം. അതിന്റെ അറ്റം കൂർപ്പിച്ചാൽ കുന്തംപോലെ കുത്താൻ ഉപയോഗിക്കാം. മണ്ണിൽ അതുകൊണ്ട് കുഴികളുണ്ടാക്കാം. ഈ കുഴിയിൽ വെള്ളം ശേഖരിക്കാം. കുഴിയിൽ നിന്ന് മണ്ണ് കുഴിച്ചെടുക്കാം.

ശിലായുഗത്തിൽ കല്ലും കോലുമായിരുന്നു ആയുധങ്ങൾ.

പ്രകൃതിവസ്തുക്കളും മനുഷ്യന്റെ അധ്വാനവും ചേർന്നുണ്ടായതാണ് നാം കാണുന്ന ഏതു വസ്തുവും. മനുഷ്യന്റെ അധ്വാനത്തിന്റെ മഹത്വം അറിയാൻ ചുറ്റും നോക്കിയാൽ മതി. മനുഷ്യാധ്വാനം ഉപയോഗിച്ചുണ്ടായതാണ് നാഗരികതയും സംസ്കാരവും എല്ലാം.

3

ചരിത്ര നിയമങ്ങൾ

അപ്പോൾ ഒരു കാര്യം നാം കണ്ടുപിടിച്ചു. അതെന്താണ്? മനുഷ്യന്റെ അധ്വാനം സമൂഹത്തിൽ പല മാറ്റങ്ങളും ഉണ്ടാക്കി എന്നുതന്നെ. അതു മനുഷ്യനെത്തന്നെ പുതിയ മനുഷ്യനാക്കി.

കല്ല്, മനുഷ്യനുണ്ടാക്കിയതല്ല. പക്ഷേ കല്ലിൽനിന്ന് മനുഷ്യന്റെ അധ്വാനം പുതിയ ആയുധങ്ങളുണ്ടാക്കി. അതുകൊണ്ട് മുള വെട്ടി. മുള കൊണ്ടും പലതരം ആയുധങ്ങളുണ്ടാക്കി. കുടിൽ കെട്ടിയുണ്ടാക്കി.

ഇത് സമൂഹത്തിന്റെ ഒരു നിയമമാണ്. സമൂഹത്തിന്റെ പുരോഗതിയിൽ ഏറ്റവും പ്രധാനം മനുഷ്യാധ്വാനമാണ്.

സമൂഹത്തിൽ മറ്റു നിയമങ്ങളും ഉണ്ട്, ഭരണത്തിന്റെ നിയമങ്ങളുണ്ട്. ഇതാണ് രാഷ്ട്രീയം. അത് നാം പഠിക്കണം.

സമ്പത്തിന്റെ നിയമങ്ങളുണ്ട്. ഇതാണ് സാമ്പത്തിക ശാസ്ത്രം. ഇതും നാം മനസിലാക്കണം.

കലയുടെ നിയമങ്ങളുണ്ട്. ഇതാണ് സൗന്ദര്യശാസ്ത്രം. അതു നാം അറിയണം.

മനുഷ്യന്റെ തലമുറകളായുള്ള വളർച്ചയുടെ നിയമങ്ങൾ ചരിത്രത്തിന്റെ പേരിൽ രേഖപ്പെടുത്തിയിരിക്കുന്നു.

പക്ഷേ, ഈ നിയമങ്ങൾക്കെല്ലാം അപ്പുറത്ത് ഒരു സാമൂഹ്യ വീക്ഷണം നമുക്കുണ്ടാവണം. ആ കാഴ്ചപ്പാടാണ് ചരിത്ര

ശാസ്ത്രം നൽകുന്നത്.

ചരിത്രവും സൗന്ദര്യശാസ്ത്രവും രാഷ്ട്രീയവും ധനശാസ്ത്രവും മാത്രം പഠിച്ചാൽ പോരാ. ഇവയെല്ലാം സാമൂഹ്യശാസ്ത്രങ്ങളാണ്. ഈ ശാസ്ത്രങ്ങളെക്കുറിച്ചുള്ള വീക്ഷണം വേണം. ചരിത്രശാസ്ത്രം അതാണു തരുന്നത്.

ചരിത്രശാസ്ത്രത്തിന്റെ നിയമങ്ങൾ എല്ലാ സാമൂഹ്യശാസ്ത്രങ്ങളിലും പ്രയോഗിക്കാം.

മനുഷ്യാധ്വാനത്തിൽ നിന്നുണ്ടായതാണ് ഉൽപ്പാദനം. അതാണ് ഏറ്റവും പ്രധാനം. ഓരോ കാലത്തെയും ഉൽപ്പാദനത്തിൽ വ്യത്യാസങ്ങളുണ്ടായി. അതിനു കാരണം അതതുകാലത്തെ ആയുധങ്ങളായിരുന്നു; മനുഷ്യന്റെ അറിവായിരുന്നു. കൂടുതൽ അറിവുണ്ടാവാനും പുതിയ ആയുധങ്ങൾ പ്രയോഗിക്കാനും ഇടവന്നതോടെ ഉൽപ്പാദനരീതിയിൽ പല മാറ്റങ്ങളും ഉണ്ടായി.

മനുഷ്യൻ വിധിയുടെ സന്തതിയാണോ? അല്ലെന്ന് ചരിത്രശാസ്ത്രം പറയുന്നു.

മനുഷ്യന്റെ പുരോഗതി. കണ്ണടച്ചുകൊണ്ടുള്ള ഒരു യാത്രയാണോ? അതോ, ആ യാത്രയുടെ പിന്നിൽ കണ്ടുപിടിക്കാവുന്ന എന്തെങ്കിലും നിയമങ്ങളുണ്ടോ?

മനുഷ്യൻ പ്രകൃതിയിൽനിന്നു പലതും നേടി പ്രകൃതിയിൽനിന്നു സ്വതന്ത്രനാകാൻ ശ്രമിച്ചു. അതിനുവേണ്ടി പ്രകൃതി നിയമങ്ങൾ പഠിച്ചു.

പ്രകൃതി നിയമങ്ങൾ എന്നും ഉണ്ടായിരുന്നു. ഇന്നും ഉണ്ട്.

എന്തുകൊണ്ട് പണ്ടത്തെ മനുഷ്യനു പല പ്രകൃതിനിയമങ്ങളും കണ്ടുപടിക്കാൻ കഴിഞ്ഞില്ല? ഇന്നത്തെ അത്ര മനുഷ്യൻ പുരോഗമിച്ചിരുന്നില്ല.

മനുഷ്യാധ്വാനംകൊണ്ട് ഇന്നുള്ള അത്ര നേട്ടങ്ങൾ അന്ന് നേടിയിരുന്നില്ല.

ഇന്ന് മനുഷ്യൻ ചന്ദ്രനിൽ പോയി ഇറങ്ങിതിരിച്ചു ഭൂമിയിലെത്തി; മുമ്പോ? ശബരിമലയ്ക്കു പോകാൻപോലും മനുഷ്യന് ഭയമായിരുന്നു.

പ്രകൃതിയുടെ നിയമങ്ങൾ കൂടുതൽ കൂടുതൽ മനുഷ്യനു മനസിലാക്കാൻ കഴിഞ്ഞത് ചരിത്രപുരോഗതിക്കൊത്തവിധമാണ്.

4

തത്വശാസ്ത്രം

ചരിത്രത്തെപ്പറ്റിയും കലകളെപ്പറ്റിയും എല്ലാം പൊതുവായ ഒരു കാഴ്ചപ്പാടു വേണം എന്നു പറഞ്ഞില്ലേ? ഇതിന് നമുക്കൊരു പേരു കൊടുക്കാം - തത്വശാസ്ത്രം.

താടിയും തലയും നീട്ടി, സംസ്കൃതവും വേദാന്തവും പറയുന്നവരാണ് തത്വശാസ്ത്രക്കാർ എന്ന് പലരും ധരിച്ചിട്ടുണ്ടാവും. പണ്ടൊക്കെ ഒരുപക്ഷേ അങ്ങനെയായിരിക്കാം. എന്നാൽ, ഇന്ന് അങ്ങനെയല്ല. നമ്മുടെ വീടിന്റെ പട്ടിണി തീർക്കാൻവേണ്ടി ശ്രമിക്കുന്നവരും അതിനുവേണ്ടി പൊരുതുന്നവരും അവരുടെ നിലയ്ക്ക്, തത്വശാസ്ത്രം മനസിലാക്കിയവരാണ്. "വിപ്ലവം ജയിക്കട്ടെ" എന്നുപറയുന്നത്, ചരിത്രതത്വശാസ്ത്രം മനസിലാക്കിയതുകൊണ്ടാണ്. കമ്യൂണിസ്റ്റുപാർട്ടിയിൽ ചേരുന്നതും, സ്റ്റഡി ക്ലാസുകളിൽ പങ്കെടുക്കുന്നതും, ചിന്ത പബ്ളിഷേഴ്സിന്റെ പുസ്തകങ്ങൾ വായിക്കുന്നതും, ഒരുതരം തത്വശാസ്ത്രപ്രേമം നമുക്കുള്ളതുകൊണ്ടാണ്. മനുഷ്യന്റെ ഏറ്റവും വലിയ കഴിവാണിത്. തത്വശാസ്ത്രപരമായ വീക്ഷണം ഉണ്ടാവുന്നത് വലിയ ഒരു കഴിവു നേടലാണ്.

തത്വശാസ്ത്രം ഒരാളുടേയും സ്വന്തമല്ല. അനവധി മനുഷ്യരുടെ നിരവധി കാലത്തെ പ്രയത്നത്തിന്റെ ഫലമാണത്. എത്രയെത്ര തത്വചിന്തകന്മാർ ഈ ലോകത്തെപ്പറ്റിയും മനുഷ്യജീവിതത്തെപ്പറ്റിയും ചിന്തിച്ചു? അവർക്ക് ആയിരക്കണക്കിൽ ശിഷ്യന്മാരും ഉണ്ടായിരുന്നു. ഗ്രീസിലും ഇന്ത്യയിലും ചൈനയിലും

അറേബ്യയിലും ഈജിപ്തിലും പല പല തത്വചിന്തകന്മാർ ഉണ്ടായിരുന്നു. ഇവർ പലതും ചിന്തിച്ചു, പ്രസംഗിച്ചു, എഴുതിവെച്ചു.

ഈ എഴുതിവെച്ചതാണ് തത്വചിന്ത എന്നു വന്നത് പിന്നീടാണ്. വാസ്തവത്തിൽ ജീവിതമാണ് അധ്വാനമാണ്, അവരെ കൊണ്ടു ചിന്തിപ്പിച്ചത്. അവർ ചുറ്റുമുള്ളതു കണ്ടു. പിന്നേയും കണ്ടു. സൂക്ഷ്മമായി നിരീക്ഷിച്ചു. വീണ്ടും നിരീക്ഷിച്ചു. സംശയം തീർത്തു. പരീക്ഷിച്ചുനോക്കി. അവസാനം പുതിയൊരു ധാരണ വന്നു. അതുവരെ ഇല്ലാത്ത ഒരു ആശയം ഉണ്ടായി. ചിന്തതന്നെ ഒരു അധ്വാനമായി മാറി.

മനുഷ്യന്റെ ചുറ്റുപാടുമുള്ളതു മാത്രമല്ല ലോകം. മനുഷ്യന്റെ ബോധവും പ്രധാനമാണ്. ബോധത്തിൽനിന്നാണ് ചുറ്റുപാടിനെപ്പറ്റി അറിവു നേടുന്നത്. പക്ഷേ, ഈ ബോധം എവിടെനിന്നുണ്ടായി? ചുറ്റും കണ്ടതിന്റെ നിഴലാട്ടമാണത്. നാം മനസിലാക്കുന്നത് ചുറ്റുപാടും നടക്കുന്നതിൽനിന്നാണ്.

കുറച്ചുബോധം ഉണ്ടായിക്കഴിഞ്ഞതോടെ അത് ഉപയോഗിച്ച്, ചുറ്റുപാടുമുള്ളതിനെ കാണാൻ മനുഷ്യൻ ശ്രമിച്ചു. പഴയതിനെക്കാൾ ഉയർന്ന രീതിയിൽ കാണാനും കഴിഞ്ഞു. ഓരോ അറിവും മനുഷ്യന്റെ ബോധം വളർത്തി, മനുഷ്യന്റെ നില ഉയർത്തി.

ബോധമില്ലാത്ത ഒരാൾ ഇന്ത്യയിൽ പട്ടിണിയും ദുരിതവും കാണുന്നു എന്നുവയ്ക്കൂ. എന്നിട്ടെന്താ? അയാൾക്കതിൽ ഒന്നുമില്ല. ബോധമുള്ള ഒരാൾ ഇത് കണ്ടാലോ? അയാളുടെ മനസ്സ് കലമ്പുന്നു. ഇതു തെറ്റാണെന്ന് അയാൾക്കു തോന്നുന്നു. അയാൾ ഏതു രാജ്യക്കാരനായാലും വേണ്ടില്ല, ഇതിനെ ചൂണ്ടിക്കാണിക്കുന്നു.

അപ്പോൾ, തെറ്റും ശരിയും അറിയുവാൻ ബോധം വേണം. നല്ലതും ചീത്തയും അറിയാനും, നശിക്കുന്നതും വളരുന്നതും അറിയാനും ബോധം നമ്മെ സഹായിക്കുന്നു. സാധാരണയ്ക്കപ്പുറമുള്ള കാഴ്ച അതുണ്ടാക്കുന്നു. ചിന്തിക്കാനുള്ള കഴിവും അതിൽനിന്നു വളരുന്നു എല്ലാം അറിയാൻ കഴിയുമോ?

തത്വശാസ്ത്രം പറയുന്നു: എല്ലാം അറിയാൻ കഴിയും. അതിനു ശ്രമിക്കണം, എന്നു മാത്രം. ഇനിയും നമുക്കറിയാത്ത കാര്യങ്ങളിവിടെ ഉണ്ട്, പക്ഷേ അവ അറിയാൻ കഴിയാത്തവയല്ല. ഇന്ന് അറിയില്ലെന്നേ ഉള്ളൂ. അതു നേടാനുള്ള ശ്രമം നിരന്തരം നടക്കുകയാണ്. തത്വശാസ്ത്രവും സാമൂഹ്യശാസ്ത്രവും ചേർന്നതാണ് ചരിത്രശാസ്ത്രം എന്നുപറയാം.

5

ബൂർഷ്വാ സാമൂഹ്യശാസ്ത്രം

സമൂഹത്തെക്കുറിച്ചുള്ള ശാസ്ത്രമാണു സമൂഹ്യശാസ്ത്രം. പക്ഷേ ചരിത്രശാസ്ത്രത്തിന്റെ വീക്ഷണമില്ലാതിരുന്നാൽ അതു പാളിപ്പോകും. പല സാമൂഹ്യശാസ്ത്രജ്ഞർക്കും ഇങ്ങനെ പിശകുപറ്റിയിട്ടുണ്ട്.

മനുഷ്യന് ചില ജന്മവാസനകളുണ്ട്. ആഗ്രഹങ്ങളുണ്ട്. ഇച്ഛാശക്തിയുണ്ട്. ഇവയാണ് മനുഷ്യനെ മുന്നോട്ടു കൊണ്ടുപോകുന്നത് എന്ന് ഇത്തരത്തിൽപ്പെട്ട ഒരുകൂട്ടം ബൂർഷ്വാ ശാസ്ത്രജ്ഞൻമാർ പറയുന്നു.

ഇതു ശരിയാണോ? മുതലാളിത്തത്തിൽ വിലക്കയറ്റവും പൂഴ്ത്തിവയ്പും ഉണ്ടല്ലോ. അതിനു കാരണം മനുഷ്യന്റെ ലാഭക്കൊതി ഒന്നത്രേ. എല്ലാ മനുഷ്യരും ലാഭക്കൊതിയരും സ്വാർഥികളുമാണെന്നും, അതിൽനിന്നാണ് വിലക്കയറ്റവും കരിഞ്ചന്തയും ഉണ്ടായതെന്നും ഇക്കൂട്ടർ പറയുന്നു. എല്ലാവരും കുറ്റക്കാരാണ്. എല്ലാവരും നന്നായാലേ സമൂഹം നന്നാവൂ. ഇതാണു വാദം.

എന്നാൽ സോഷ്യലിസ്റ്റ് രാജ്യങ്ങളിൽ കരിഞ്ചന്തയും വിലക്കയറ്റവും ഇല്ലല്ലോ. ഇതേ പോലെതന്നെയുള്ള മനുഷ്യരല്ലേ അവിടെയും ജീവിക്കുന്നത് എന്നു നമുക്ക് ചോദിക്കാം. അപ്പോൾ അവർ ഉരുളും. അവിടെ ഏകാധിപത്യമാണ് എന്നൊക്കെ പുലമ്പും.

മുതലാളിത്തവ്യവസ്ഥയാണ് ഇന്നത്തെ കുഴപ്പത്തിനു കാരണം എന്നു പറയുവാൻ ഈ ബൂർഷ്വാശാസ്ത്രജ്ഞൻമാർ മടിക്കുന്നു. കാരണം, അതുപറഞ്ഞാൽ, മുതലാളിത്തം വേണ്ടെന്നുള്ള വാദം സ്വീകരിക്കേണ്ടിവരുമല്ലോ. നിലനിൽപ്പിനൊത്തതല്ലേ പറയാവൂ?

മറ്റൊരുതരം ബൂർഷ്വാശാസ്ത്രജ്ഞൻമാരുണ്ട്. മനുഷ്യൻ ഒരു ജീവിയാണ്. ജീവികളുടെ ഗുണങ്ങളാണ് മനുഷ്യനുള്ളത്. അവർ പറയും "മനുഷ്യനിൽ കരടിയും കടുവയും കടന്നലും കലമാനും കുരങ്ങും കുരുടിപ്പാമ്പും എല്ലാമുണ്ട്." ഇതു ശരിയാണോ? മനുഷ്യൻ വെറും മൃഗമാണോ? മനുഷ്യൻ സംസ്കാരമുള്ള ഒരു ജീവിയല്ലേ? മനുഷ്യൻ സമൂഹത്തിന്റെ സൃഷ്ടിയാണ്. നിലവിലുള്ള ദുഷിച്ച സമൂഹത്തിന്റെ ദോഷം മനുഷ്യനിലും കാണുന്നുണ്ടാവും. പക്ഷേ മനുഷ്യൻ മൃഗമല്ല. അധ്വാനിക്കുന്ന, ബോധമുള്ള, ജീവിയാണു മനുഷ്യൻ.

അതുകൊണ്ട് സമൂഹത്തിന്റെ നിയമങ്ങൾ എന്തെന്നു മനസിലാക്കുവാൻ ശ്രമിക്കാതെ മനുഷ്യന്റെ മനസാണ് എല്ലാ കുഴപ്പങ്ങൾക്കും കാരണം എന്നുപറയുന്നത് എത്ര അശാസ്ത്രീയമാണ്.

ചരിത്രശാസ്ത്രം ഇതിനെതിരായ നില സ്വീകരിക്കുന്നു. സമൂഹം പുരോഗമിക്കുകയാണെന്നും അതിന് ചില നിയമങ്ങൾ ഉണ്ടെന്നും ചരിത്രശാസ്ത്രം പറയുന്നു.

ലോകത്തിന്റെ മൂന്നിലൊരു ഭാഗത്ത് ഇന്ന് സോഷ്യലിസ്റ്റു സമൂഹം വളരുകയാണ്. ബാക്കിഭാഗത്ത് മുതലാളിത്തവും നാടുവാഴിത്തവും ആണ് ഉള്ളത്.

ഇതെങ്ങനെ വന്നു?

നാടുവാഴിത്തത്തേക്കാൾ പുരോഗമനപരമല്ലേ മുതലാളിത്തം? അതെ, എന്ന് ബൂർഷ്വാ ശാസ്ത്രജ്ഞൻമാർപോലും സമ്മതിക്കും.

പക്ഷേ, മുതലാളിത്തത്തോടെ പുരോഗതി അവസാനിച്ചുവോ? അവിടെയാണ് ബൂർഷ്വാശാസ്ത്രജ്ഞൻമാർ ഉത്തരം മുട്ടി നിൽക്കുന്നത്.

നാടുവാഴികളെ മാറ്റിയതെന്തിനാണ്? സമൂഹത്തിന് അതാ

വശ്യമായിരുന്നു. എന്തുകൊണ്ട്? നാടുവാഴിത്തത്തിൻകീഴിൽ ജീവിച്ചവർക്കു മനസിലായി. ഇനിയങ്ങോട്ടു കാര്യങ്ങൾ നടത്താൻ ഈ വ്യവസ്ഥ പോരെന്ന്.

പുതിയ ഒരു വ്യവസ്ഥ വേണമെന്നും വന്നു. അതിനു പലരും വഴികാട്ടി. പുതിയതരം ഉൽപ്പാദനരീതികൾ വന്നു. പഴയതിൽ നിന്നും വ്യത്യാസമുള്ള വർഗങ്ങൾ വന്നു. നാടുവാഴിയും കുടിയാനും ഉണ്ടായിരുന്ന സ്ഥാനത്ത് മുതലാളിയും തൊഴിലാളിയും വന്നു.

ഇതിനെല്ലാം കാരണം എന്തെന്ന് ബൂർഷ്വാശാസ്ത്രജ്ഞൻമാർ പറയുന്നില്ല. അവർ അക്കാര്യം മറച്ചുപിടിക്കുന്നു എന്നു പറയുന്നതാവും ശരി. ചരിത്രശാസ്ത്രം ഈ മറ പൊളിക്കുന്നു.

6

തൊഴിലും ഉൽപ്പാദനവും

സമൂഹത്തിനെ മാറ്റുന്നതിൽ ഉൽപ്പാദനത്തിനു വലിയ സ്ഥാനമുണ്ടെന്ന് ചരിത്രശാസ്ത്രം പറയുന്നു.

മനുഷ്യർക്കു ഭക്ഷണം വേണം, തുണിയും വീടും വേണം, ജീവിതാവശ്യങ്ങൾ പലതും വേണം. ഇതെല്ലാം പ്രകൃതിയിൽനിന്ന് നേരിട്ടു കിട്ടുകയില്ല. ഇവ ഉണ്ടാക്കാൻ ആളുകൾ അധ്വാനിക്കണം. അതാണു തൊഴിൽ. ബോധപൂർവമുള്ള അധ്വാനമാണ് തൊഴിൽ.

തൊഴിലെടുക്കാതെ, ഉൽപ്പാദനം നടത്താതെ, മനുഷ്യസമൂഹം നിലനിൽക്കില്ല. മനുഷ്യജീവിതം തന്നെ അസാധ്യമാണ്. തൊഴിലിന്റെ ഫലമാണ് സമ്പത്ത്. ധനം, മാനവസംസ്കാരം ഇവയെല്ലാം ഉണ്ടായതും ഉണ്ടാകുന്നതും.

സാമൂഹ്യപുരോഗതിയെ സഹായിക്കുന്നത് സമ്പത്തുൽപ്പാദനമാണ്; അധ്വാനമാണ്, തൊഴിലാണ്. പ്രകൃതിവസ്തുക്കളെ മനുഷ്യന്റെ ആവശ്യം നിറവേറ്റാനുള്ള വസ്തുവായി മാറ്റുന്നത് തൊഴിലാണ്. മനുഷ്യന് ഒരു സൈക്കിൾ വേണം എന്നു കരുതുക. അതിന് ഇരുമ്പയിർ കുഴിച്ചെടുക്കണം, അത് ഉരുക്കണം, അതിൽനിന്നുണ്ടാക്കിയ ഉരുക്കിനെ പല ഭാഗങ്ങളാക്കി രൂപപ്പെടുത്തണം, എല്ലാം കൂട്ടിച്ചേർക്കണം; മറ്റു വസ്തുക്കളും ഇതുപോലെ ഉണ്ടാക്കി ഉപയോഗിക്കണം. അപ്പോൾ തൊഴിലെടുക്കാൻ

ചില വസ്തുക്കൾ വേണം. ഇരുമ്പയിര്, ഉരുക്ക്, റബ്ബർ എന്നിങ്ങനെ. ഇവയെ മനുഷ്യാധ്വാനം രൂപംമാറ്റുന്നു. ഇരുമ്പും ഉരുക്കും യന്ത്രങ്ങളാവുന്നു. റബ്ബറിൽനിന്ന് ടയറുണ്ടാക്കുന്നു.

കൈകൊണ്ടുമാത്രം പ്രവർത്തിച്ചാൽ പോരാ. ആദ്യം അധ്വാനത്തിന് കൈകൾ മാത്രമേ ഉണ്ടായിരുന്നുള്ളൂ. ഇപ്പോൾ യന്ത്രങ്ങളുണ്ട്. പലതരം ഉപകരണങ്ങളുണ്ട്, ആയുധങ്ങളുണ്ട്. അതുമാത്രമല്ല, വാഹനങ്ങൾ വേണം. യന്ത്രങ്ങൾ സ്ഥാപിക്കാൻ ശാലകൾ വേണം. ഇവയെല്ലാംകൂടിയുള്ളതാണ് ഉൽപ്പാദനോപകരണങ്ങൾ. ഉൽപ്പാദനോപകരണങ്ങൾ മാത്രം ഉണ്ടായാൽ മതിയോ? നല്ല വിലപിടിച്ചൊരു ശക്തിയുള്ള യന്ത്രം ഓപ്പറേറ്റുചെയ്യാൻ ആളില്ലെങ്കിലോ? തുരുമ്പുപിടിച്ചുപോകും, അത്രതന്നെ.

യന്ത്രം ഉപയോഗിക്കാൻ മനുഷ്യൻതന്നെ വേണം. ഉൽപ്പാദനത്തിൽ മനുഷ്യൻ അത്യാവശ്യഘടകമാണ്. ഇങ്ങനെ അധ്വാനിക്കുന്നവരാണ് തൊഴിലാളികൾ. ഉൽപ്പാദനശക്തികളിലെ സജീവഘടകം ഇവരാണ്. മറ്റെല്ലാം നിർജീവഘടകങ്ങളാണ്.

യന്ത്രമുണ്ടാക്കിയതും കെട്ടിടമുണ്ടാക്കുന്നതും ഇരുമ്പയിർ കുഴിച്ചെടുത്തതും ഈ തൊഴിലാളികൾ തന്നെ. അപ്പോൾ, ഉൽപ്പാദനത്തിന്റെ മുഖ്യശക്തി തൊഴിലാളികളാണെന്നു വരുന്നു: സമ്പത്തുണ്ടാക്കുന്നത് അവരാണ്.

കുറെ ആളുകൾ മാത്രമുണ്ടായാൽ പോരാ. അവർ തമ്മിൽ ചില ധാരണകൾ ഉണ്ടാവണം. ഇവർ ചില ബന്ധങ്ങളിൽ ഏർപ്പെടണം. ഈ ബന്ധങ്ങൾക്കുള്ളിൽമാത്രമേ ഉൽപ്പാദനം നടക്കുകയുള്ളൂ. ഈ ബന്ധങ്ങൾ ഉൽപ്പാദനശക്തികൾക്കനുസരിച്ചു മാറും. ഇവയാണ് ഉൽപ്പാദനബന്ധങ്ങൾ.

ജനങ്ങൾ തമ്മിൽ എന്നുമെന്നും ഇങ്ങനെ ബന്ധമുണ്ടായിട്ടുണ്ട്. തൊഴിലിന്റെ ഒരു പ്രത്യേകതയാണിത്. വേട്ടയാടുന്നവർ തമ്മിൽ ഇങ്ങനെയൊരു ബന്ധമുണ്ടായിരുന്നു. ഉൽപ്പാദനശക്തികൾ മാറിയപ്പോൾ, അതിലെ മുഖ്യഘടകങ്ങളായ മനുഷ്യർ തമ്മിലുള്ള ബന്ധങ്ങളും മാറി. തൊഴിൽവിഭജനം വന്നു. ചിലർ ആട്ടിടയൻമാരാണ്. ചിലർ കൈത്തൊഴിൽക്കാരാണ്. ചിലർ കൃഷിക്കാരാണ്. ചിലർ ചുമടേറ്റുന്നു. ഇങ്ങനെ വിവിധ തരക്കാർ ഉണ്ടായി. ഇവർ തമ്മിലെല്ലാം ബന്ധമുണ്ട്.

എന്താണ് ഈ ബന്ധങ്ങളുടെ അടിസ്ഥാനം? ഒറ്റവാക്കിൽ

ഉടമാവകാശം തന്നെ. ആരുടെയാണ് ഭൂമി, ആരുടെയാണ് കാട്, ആരുടെയാണ് അസംസ്കൃതവസ്തുക്കൾ? ആരുടെയാണ് ഖനികൾ? ഫാക്ടറിയും യന്ത്രങ്ങളും ആരുടെ? ഈ ചോദ്യങ്ങൾക്കുള്ള ഉത്തരത്തിനനുസരിച്ചിരിക്കും ഉൽപ്പാദനബന്ധങ്ങൾ.

ഉൽപ്പാദനത്തിൽ ആർക്കാണ് മേൽക്കയ്യ്? ആരാണ് കീഴിൽ പ്രവർത്തിക്കുന്നത്? സ്വകാര്യസ്വത്തുള്ള ഒരു സമൂഹത്തിൽ (ഉദാഹരണം, മുതലാളിത്തം) ചൂഷകന്മാർ ഉൽപ്പാദനോപകരണങ്ങളുടെ ഉടമസ്ഥരാണ് - മുതലാളിമാരാണ്. പൊതുസ്വത്തുള്ള സമൂഹത്തിലാകട്ടെ (സോഷ്യലിസത്തിൽ) ചൂഷണമില്ല. സഹകരണമേയുള്ളൂ. അവിടെ മുതലാളിയില്ല. ഉൽപ്പാദനബന്ധങ്ങളിൽ മാറ്റങ്ങൾ വരുന്നത് ഉൽപ്പാദനോപകരണങ്ങൾ ആരുടെ കയ്യിലാണ് എന്നതിന് അനുസരിച്ചാണ്.

7

സാമൂഹ്യ മാറ്റങ്ങൾ

ഇത്രയും മനസിലാക്കിയല്ലോ. ഇനി ഇന്ത്യയിലെയും മറ്റു രാജ്യങ്ങളിലെയും സമൂഹങ്ങളെ നമുക്കു പരിശോധിച്ചുനോക്കാം: പഠിച്ചതു പ്രയോഗിക്കണമല്ലോ.

ഇവിടെ ഇടയ്ക്കിടെ തൊഴിലാളികൾ പണിമുടക്കുന്നതും പ്രകടനങ്ങൾ നടത്തുന്നതും കാണാം. എന്താണിതു കാണിക്കുന്നത്? സാമൂഹ്യബന്ധങ്ങളിൽ ഉള്ള വൈരുധ്യം തന്നെ. പ്രകടനങ്ങളിൽ എന്താണവർ വിളിച്ചുപറയുന്നത്? "മുതലാളിത്തം നശിക്കട്ടെ."

ഇതിനർഥം, മുതലാളിത്തം തൊഴിലാളികൾക്കു ഗുണകരമല്ലെന്നല്ലേ? പണ്ടുകാലത്ത്, നാടുവാഴിഭരണം നിലനിന്നിരുന്ന ഫ്രാൻസിൽ, അന്ന് വളർന്നുവന്നിരുന്ന ശക്തിയായിരുന്ന മുതലാളിമാർ വിളിച്ചുപറഞ്ഞു: "സ്വാതന്ത്ര്യം, സമത്വം, സാഹോദര്യം." തൊഴിലാളികളും കൃഷിക്കാരും ബുദ്ധിജീവികളും ഇതു കേട്ട് ആവേശംകൊണ്ടു. അവരെല്ലാം ഒന്നിച്ചുചേർന്നു. രാജാവിന്റെയും പുരോഹിതൻമാരുടെയും ഭരണത്തെ മാറ്റി. അതാണ് ഫ്രഞ്ചുവിപ്ലവം.

എങ്ങിനെയാണ്, ഫ്രാൻസിലും യൂറോപ്പിലും നാടുവാഴികൾക്കെതിരെ ബൂർഷ്വാസി വളർന്നത്? നവീന യന്ത്രശാലകൾ വന്നു. പട്ടണങ്ങളുണ്ടായി. നാടുവാഴികൾ പുതിയതായി വള

രുന്ന ബൂർഷ്വാവർഗത്തെ അവഗണിച്ചു. അവർക്കെതിരെ തെറ്റിദ്ധാരണകൾ പരത്തി. അവരുടെ പ്രസ്ഥാനങ്ങളെ തല്ലിയമർത്തി. ഈ മർദ്ദനത്തിൽ പുരോഹിതന്മാരും കൂട്ടുകൂടി.

മനുഷ്യന്റെ സ്വാതന്ത്ര്യം കെടുത്തുന്നത് രാജാവിന്റെ ഭരണമാണെന്നും ഫ്യൂഡൽശക്തികളാണെന്നും പുതിയ ബൂർഷ്വാവർഗം പറഞ്ഞു. അതിനുവേണ്ടി അവർ ശക്തിയുക്തം എഴുതി. തീവ്രമായി വാദിച്ചു. വിദ്യാർഥികൾ, യുവാക്കൾ, ബുദ്ധിജീവികൾ എല്ലാം ബൂർഷ്വാസിയുടെകൂടെ അണിനിരന്നു. ബൂർഷ്വാവിപ്ലവം പൊട്ടിപ്പുറപ്പെട്ടു.

ഫ്രഞ്ചുവിപ്ലവം വിജയകരമായി നടന്നു. നാടുവാഴിഭരണത്തിന്റെ ശക്തി കുറഞ്ഞു. ഇംഗ്ലണ്ടിലും രാജാവിനെതിരായി സമരം നടത്തി ജനപ്രതിനിധികൾ അധികാരം നേടി. അവിടെ ജനാധിപത്യം സ്ഥാപിച്ചത് ബൂർഷ്വാ വർഗമാണ്.

ആധുനികവ്യവസായങ്ങൾ വളർന്നു. ഉൽപ്പാദനത്തിൽ പുതിയ ഒരു വഴിയായിരുന്നു, കൃഷിയുടെ സ്ഥാനത്ത് വ്യവസായം.

പുതിയ ഉൽപ്പാദനോപകരണങ്ങൾ വന്നു. ആവിയന്ത്രങ്ങൾ വന്നു. ആവിക്കപ്പലുകളും തീവണ്ടിയും ചൂളമിട്ട് ഓടിത്തുടങ്ങി. പുതിയ തുണിമില്ലുകൾ വന്നു. സാങ്കേതികവിദ്യ ഉൽപ്പാദനത്തെ മാറ്റിമറിച്ചു. ഇതാണ് വ്യവസായവിപ്ലവം. അത് പഴയ ഫ്രാൻസിലെ കഥ. ഇന്ന്, അതേ ഫ്രാൻസിൽ, ജനസംഖ്യയിൽ വലിയൊരു വിഭാഗം തൊഴിലാളികളാണ്. അവർ വലിയൊരു ശക്തിയാണ്. ഇറ്റലിയിലും ഭൂരിഭാഗം തൊഴിലാളികളാണ്. നാടുവാഴിത്തത്തിനെ മുതലാളിത്തം മാറ്റി. മുതലാളിത്തത്തെ തൊഴിലാളിവർഗവും മാറ്റും.

ഫ്രാൻസിൽ മുതലാളിത്തത്തിനെതിരായി തൊഴിലാളികൾ ശക്തിപ്പെട്ടുവരുന്നു. ബൂർഷ്വാഭരണത്തെ അവർ വെല്ലുവിളിക്കുന്നു. 1968 മേയ്-ജൂൺ മാസക്കാലത്ത് 100 ലക്ഷം തൊഴിലാളികളാണ് പണിമുടക്കിയത്.

ഇന്ത്യയിലോ? ഇവിടെ ജനസംഖ്യയിൽ മഹാഭൂരിപക്ഷവും കൃഷിക്കാരാണ്. കൃഷിക്കാരുടെ രാജ്യമാണ് ഇന്ത്യ. കാർഷികവിപ്ലവമാണിവിടെ നടക്കേണ്ടത്. ജന്മിത്തത്തിനെതിരാണീ സമ

രം. ഉൽപ്പാദനബന്ധങ്ങളിൽ, ജന്മി-കുടിയാൻ ബന്ധങ്ങളെ ആകെ പുതുക്കുകയും അതോടൊപ്പം മുതലാളി-തൊഴിലാളി ബന്ധങ്ങളെ ജനാധിപത്യവൽക്കരിക്കുകയും വേണം. അതിനനുസരിച്ച് വ്യവസായങ്ങളും ഇവിടെ വളരണം. സാമ്രാജ്യത്വത്തിനെ തോൽപ്പിച്ചാലെ ഇതൊക്കെ സാധ്യമാവൂ.

അങ്ങനെ, ഓരോ രാജ്യത്തിലും ഏതേതു വർഗങ്ങൾക്കാണു

പ്രാധാന്യം എന്നു കണ്ടറിയാൻ കഴിയും. ഇന്ന് ശക്തിയും അധികാരവും ഏതു വർഗത്തിനായാലും വളരുന്ന ശക്തികൾ ഏതാണെന്നതാണു പ്രധാനം. അതാണു കണ്ടുപിടിക്കേണ്ടത്.

എന്തുകൊണ്ട്? ചരിത്രശാസ്ത്രത്തിന്റെ നിയമത്തിൽ, ഉൽപ്പാദനശക്തികളിൽ ചിലതു നശിക്കുന്നവയാണ്. ചിലത് വളരുന്നതും. ഇതിൽ നശിക്കുന്നതിനെ വേഗം നശിപ്പിക്കാൻ കഴിഞ്ഞാലേ, പുതിയ ശക്തികൾ തൽസ്ഥാനത്തു വളരൂ. കള വെട്ടി നീക്കിയാലേ വിള വളരൂ.

ഇന്ത്യയിൽ കാർഷികവിപ്ലവം നടക്കണം. ഇതു ജന്മിത്തത്തിനെതിരാണ്. തൊഴിലാളികൾ പൊരുതി ബൂർഷ്വാസിയിൽനിന്ന് ആനുകൂല്യങ്ങൾ നേടണം. കുത്തകമുതലാളിത്തത്തെ കടിഞ്ഞാണിടണം.

നിലവിലുള്ള രാഷ്ട്രീയ - സാമ്പത്തിക-സാമൂഹ്യ സ്ഥിതികളറിയാൻ ചരിത്രശാസ്ത്രം സഹായിക്കുന്നു. സമൂഹത്തെ മാറ്റണം എന്ന് ആഗ്രഹിക്കുന്നവർ ചരിത്രശാസ്ത്രം മനസിലാക്കണം. അതനുസരിച്ച് കാര്യങ്ങൾ മനസിലാക്കി ശരിയായ വഴി കണ്ടുപിടിക്കുകയും വേണം.

8

ഉൽപ്പാദനശക്തികൾ

ഉൽപ്പാദനം നിശ്ചലമല്ല. അതു സ്ഥിരമായി വളരുന്നു. ജനങ്ങളുടെ എണ്ണം കൂടുകയും അവരുടെ ആവശ്യങ്ങൾ വർധിക്കുകയും ചെയ്യുമ്പോൾ, ഉൽപ്പാദനം കൂടാതെ നിവൃത്തിയില്ലല്ലോ. സമൂഹത്തിന്റെ ആവശ്യമാണ് അത്.

പണ്ടുള്ളവർക്ക് കുറച്ചുമാത്രം ആവശ്യങ്ങളേ ഉണ്ടായിരുന്നുള്ളൂ. ഒരു തോർത്തുമുണ്ടു മതി ഉടുക്കാൻ. കഞ്ഞിയാണ് ഭക്ഷണം. താമസിക്കാൻ ചെറ്റപ്പുര മതി. ഇന്നോ? മനുഷ്യന്റെ ഭൗതികവും സാംസ്കാരികവുമായ ജീവിതം എത്ര മാറി?

ചായ കുടിക്കണം. മുണ്ടും ഷർട്ടും വേണം. ബസിൽ യാത്ര ചെയ്യണം. ടോർച്ചുവേണം. സിനിമ കാണണം. പത്രം വായിക്കണം. ഘോഷയാത്രകളിൽ പങ്കെടുക്കണം. കുട്ടികളെ സ്കൂളിൽച്ചേർത്തു പഠിപ്പിക്കണം. ട്രേഡ് യൂണിയനിലും കർഷകസംഘത്തിലും സഹകരണസംഘത്തിലും അംഗമാകണം. എന്തെല്ലാം മാറ്റങ്ങൾ വന്നു? നമ്മുടെ ഭൗതികവും സാംസ്കാരികവുമായ ആവശ്യങ്ങൾ മാറിയിരിക്കുന്നു.

ഇതിനനുസരിച്ച് ഉൽപ്പാദനവും കൂടണം. കടലാസും തുണിയും ചായയും പഞ്ചസാരയും എല്ലാം മുമ്പുള്ളതിനെക്കാളെത്രയോ അധികം ഉണ്ടാക്കുന്നു. പുതിയ റോഡുകൾ വരുന്നു. പുതിയ വാഹനങ്ങൾ ഓടുന്നു. പട്ടണങ്ങൾ വളരുന്നു.

അങ്ങാടികൾ ഉണ്ടാവുന്നു.

എങ്ങനെയാണ് ഉൽപ്പാദനം വർധിക്കുന്നത്? ഉൽപ്പാദനശക്തികളുടെ മാറ്റംകൊണ്ടുതന്നെ. ഉൽപ്പാദനശക്തികളിൽ രണ്ടു ഭാഗമുണ്ട്: ഒന്ന്, ഉൽപ്പാദനോപകരണങ്ങൾ. രണ്ട്, ഇവയെ ഉപയോഗിക്കുന്ന തൊഴിലാളികൾ. ഇതിൽ ആദ്യം ഉൽപ്പാദനോപകരണങ്ങളിലാണ് മാറ്റംവരുന്നത് എന്നു ചരിത്രം കാണിക്കുന്നു. ആ മാറ്റം വരുത്തുന്നതും മനുഷ്യൻ തന്നെയാണ് - ഒരാളല്ല, അനവധിപേർ പ്രവർത്തിച്ചതിന്റെ ഫലമാണ്, ഉപകരണത്തിലുണ്ടാവുന്ന മാറ്റം.

അധ്വാനത്തിന് എളുപ്പം കൂടുകയും, കുറഞ്ഞ ചെലവിൽ കൂടുതൽ സാധനങ്ങൾ ഉണ്ടാക്കുകയും ചെയ്യാനാണിങ്ങനെ ഉൽപ്പാദനോപകരണങ്ങളിൽ മാറ്റം വരുത്തുന്നത്. ഇതിനെ, സാങ്കേതിക പുരോഗതി എന്നു വിളിക്കാം.

സാങ്കേതികപുരോഗതിക്കു കാരണം ഉൽപ്പാദനരംഗത്തു പ്രവൃത്തിചെയ്യുന്നവർതന്നെയാണ്. പക്ഷേ ഉൽപ്പാദനോപകരണങ്ങൾ മാറുന്നതോടെ, അവയിൽ പ്രവർത്തിക്കുന്ന ആളുകളും മാറുന്നു. അവരുടെ ഉൽപ്പാദനപരമായ വിജ്ഞാനവും വൈദഗ്ധ്യവും വളരുന്നു. പുതിയ തൊഴിലുകൾ ആവിർഭവിക്കുന്നു. തൊഴിലുപകരണങ്ങളും തൊഴിലാളികളും മാറി വരുന്നത് അവസാനം, ഉൽപ്പാദനബന്ധങ്ങളിൽ മാറ്റംവരുത്തുന്നു. മനുഷ്യസമൂഹത്തിന്റെ ചരിത്രത്തിൽ പ്രാകൃതകമ്യൂണിസം മുതൽ ശാസ്ത്രീയ കമ്യൂണിസംവരെയുള്ള വികാസത്തിൽ ഈ മാറ്റങ്ങൾ പ്രകടമായിക്കാണാം.

ഉൽപ്പാദനബന്ധങ്ങളിലുള്ള മാറ്റമാണ് സാമൂഹ്യോൽപ്പാദനത്തെ ചലിപ്പിക്കുന്ന മുഖ്യശക്തി. പഴയ ഉൽപ്പാദനബന്ധങ്ങളാകട്ടെ, ഉൽപ്പാദനത്തെ തടയുന്നു.

പലപ്പോഴും ഇങ്ങനെ വരാറുണ്ട്.

ഉൽപ്പാദനശക്തികൾ വികസിക്കുന്ന അതേ തോതിൽ ഉൽപ്പാദനബന്ധങ്ങളിൽ മാറ്റംവരാതിരുന്നാലോ? ഇവ തമ്മിൽ ഒരു വൈരുധ്യം തന്നെ വളരുന്നു. പിന്നേയും ഉൽപ്പാദനശക്തികൾ വളരുകയും ഉൽപ്പാദനബന്ധങ്ങൾ പിന്നിൽ നിൽക്കുകയും ചെയ്യുമ്പോൾ, ഈ വൈരുധ്യം രൂക്ഷമാകുന്നു. അവസാനം ഒരു സംഘട്ടനംതന്നെ ഉണ്ടാവുന്നു.

അപ്പോഴാണ് സാമൂഹ്യവിപ്ലവം ഒരു ആവശ്യമായിത്തീരുന്നത്. പഴയ ഉൽപ്പാദന ബന്ധങ്ങളെ നശിപ്പിച്ച് പുതിയവയെ സ്ഥാപിക്കുകയാണ് ഈ വിപ്ലവത്തിന്റെ കടമ.

മനുഷ്യസമൂഹചരിത്രത്തിൽ ഈ വൈരുധ്യങ്ങൾ എങ്ങനെയെല്ലാം പ്രവർത്തിച്ചുവെന്ന് നമുക്ക് ഓരോന്നായി പരിശോധിക്കാം. തത്വം ശരിയാണോ എന്ന് പ്രയോഗത്തിലാണല്ലോ അറിയുക.

9

പ്രാകൃത സമൂഹം

ഉൽപ്പാദനരീതിയാണ് സമൂഹത്തിന്റെ അടിത്തറ. സമൂഹത്തിന്റെ ചരിത്രം എന്നു പറയുന്നത് ഉൽപ്പാദനരീതിയുടെ നിയമപ്രകാരമുള്ള മാറ്റമാണ്.

ചരിത്രത്തിൽ അഞ്ച് ഉൽപ്പാദനരീതികളാണുള്ളത്; പ്രാകൃതസമൂഹം, അടിമത്തം, നാടുവാഴിത്തം, മുതലാളിത്തം, സോഷ്യലിസം (കമ്യൂണിസം). ഓരോന്നായി നമുക്കിവയെ പരിശോധിക്കാം. ആദ്യം ഏറ്റവും പ്രാകൃതമായ സമൂഹംതന്നെ എടുക്കുക.

മനുഷ്യൻ പ്രത്യക്ഷപ്പെട്ടത് ഇക്കാലത്താണ്. പലതരം ആയുധങ്ങളും ഉപയോഗിച്ചു പണിയെടുത്ത മനുഷ്യൻ, മൃഗങ്ങളിൽനിന്നു വ്യത്യസ്തനായി മനുഷ്യനായത് പണിയെടുത്തിട്ടാണ്. അറിവും സാമൂഹ്യബോധവും എല്ലാം തൊഴിലിൽക്കൂടിയാണ് വളർന്നത്.

പതിനായിരക്കണക്കിൽ വർഷങ്ങൾ നിലനിന്ന ഈ സമൂഹവ്യവസ്ഥയ്ക്കിടയിൽ, മനുഷ്യൻ പ്രകൃതിയിൽനിന്നു കിട്ടിയ വടിയും കല്ലും മാത്രമല്ല, സ്വന്തമായി ആയുധങ്ങൾ ഉണ്ടാക്കാനും തുടങ്ങി. കല്ലും മരവും അസ്ഥികളും കൊമ്പുകളും കൊണ്ട് മഴുവും കത്തിയും കുന്തവും ചൂണ്ടലും ഉളികളും മനുഷ്യൻ ഉണ്ടാക്കി. പിന്നീട്, ഈ ഉപകരണങ്ങളെ പരിഷ്കരിക്കുകയും ചെയ്തു. വില്ലും അമ്പും തോണിയും മറ്റും ഉണ്ടാക്കിയതും തീ

കണ്ടുപിടിച്ചതും ഇക്കാലത്താണ്.

അന്ന് പ്രകൃതിയിലുള്ളതു ശേഖരിച്ചിട്ടാണ് ഭക്ഷണം കഴിച്ചിരുന്നത്. പഴവും കായും കിഴങ്ങും ശേഖരിക്കുന്നതിനുപകരം, മനുഷ്യൻ കൃഷിചെയ്യാൻ തുടങ്ങി. കാട്ടിൽ പോയി മൃഗങ്ങളെ വേട്ടയാടിയ മനുഷ്യൻ മൃഗങ്ങളെ വളർത്താനും തുടങ്ങി.

പ്രാകൃതമായ ഉൽപ്പാദനരീതികളാണ് അന്നുണ്ടായിരുന്നത്. അതിനനുസരിച്ച ഉൽപ്പാദനബന്ധങ്ങളും, കൂട്ടുടമയിൽ അടിയുറച്ചതായിരുന്നു. ഉൽപ്പാദനോപകരണങ്ങൾ പൊതുസ്വത്തായിരുന്നു. സഹകരിച്ചും പരസ്പരം സഹായിച്ചുമാണ് അന്നുള്ളവർ കഴിഞ്ഞത്. സ്വകാര്യസ്വത്തുണ്ടായിരുന്നില്ല.

അന്ന് ഒറ്റയ്ക്കൊറ്റയ്ക്കു ജീവിക്കാൻ വയ്യ. കൂട്ടായ ജീവിതം, നിലനിൽപ്പിനാവശ്യമായിരുന്നു. അവർ പല ഗോത്രങ്ങളായിത്തിരിഞ്ഞു. സംഘം ചേർന്നു ജീവിച്ചു. വന്യമൃഗങ്ങളിൽ നിന്നു രക്ഷനേടാനും വേട്ടയാടാനും കൃഷിചെയ്യാനും ജന്തുക്കളെ വളർത്താനും ഈ ജീവിതം അവരെ സഹായിച്ചു.

എല്ലാവരും അധ്വാനിക്കും. അതിന്റെ ഫലം എല്ലാവരുംകൂടി പങ്കിട്ടെടുക്കും. പ്രാകൃത "കമ്യൂണിസ്റ്റു" വ്യവസ്ഥ ഇതായിരുന്നു.

ഉൽപ്പാദനോപകരണങ്ങൾ പ്രാകൃതങ്ങളായിരുന്നു. അവ പതുക്കെ മെച്ചപ്പെടുത്തി. പുതിയതരം തൊഴിൽ വൈദഗ്ധ്യങ്ങൾ വളർന്നു. കല്ലിൽനിന്നു ലോഹത്തിലേക്കുള്ള മാറ്റമാണ് ഏറ്റവും പ്രധാനം. മരക്കലപ്പയുടെ അറ്റത്തു ലോഹംകൊണ്ടുള്ള ഒരു കരി ഘടിപ്പിച്ചു. ആദ്യത്തെ വെൺമഴു, ഓടുകൊണ്ടുണ്ടാക്കി. പിന്നീട് ഇരുമ്പുകോടാലി മനുഷ്യന്റെ കയ്യിൽ ശക്തമായ ഒരു ആയുധമായി. ഇതിന്റെ ഫലമായി ഉൽപ്പാദനശക്തി വർധിച്ചു. കാടുവെട്ടിത്തെളിയിച്ച് കൃഷിചെയ്യാനും ജന്തുക്കളെ വളർത്താനും കെട്ടിടങ്ങൾ ഉണ്ടാക്കാനും കൂടുതൽ സൗകര്യം കിട്ടി.

ആടുമാടുകളെ വളർത്തുന്നവർ, കൃഷിയിൽ നിന്നു വേർപെട്ടു-ആദ്യത്തെ തൊഴിൽവിഭജനം. അതു വമ്പിച്ച ഒരു സാമൂഹ്യമാറ്റമായിരുന്നു. പിന്നീട് കരകൗശലക്കാർ, സമൂഹത്തിൽ രൂപം കൊണ്ടു. കൃഷിയായുധങ്ങൾ, മഴു, തുണി, ചെരിപ്പ് എന്നിവയു

ണ്ടാക്കുന്ന പ്രത്യേക തൊഴിലുകളും വളർന്നു.

ഇതോടെ ഉൽപ്പന്നങ്ങൾ തമ്മിൽ കൈമാറാൻ തുടങ്ങി. ആടിനെ വിറ്റ് ധാന്യം വാങ്ങും. ധാന്യം വിറ്റ് കലപ്പ വാങ്ങും. കലപ്പ വിറ്റ് തുണിവാങ്ങും. തുണി വിറ്റ് ചെരിപ്പുവാങ്ങും. ഇങ്ങിനെ പ്രാകൃതമനുഷ്യർ തങ്ങളുണ്ടാക്കിയ വസ്തുക്കളെ കൈമാറ്റം ചെയ്യാൻ തുടങ്ങി.

ഗോത്രങ്ങളായി ജീവിച്ചവർ, കൂടുതൽ ഉൽപ്പാദനക്കഴിവു നേടിയപ്പോൾ കുടുംബങ്ങളായി പിരിഞ്ഞു. ഉൽപ്പാദനോപകര ണങ്ങൾ, കുടുംബത്തിന്റേതായി. പക്ഷേ, എല്ലാവരുടെ കയ്യിലും ഉൽപ്പാദനോപകരണങ്ങൾ ഉണ്ടായിരുന്നില്ല.

പഴയ കുലീന ഗോത്രങ്ങളിൽനിന്നുവന്ന കുടുംബ ങ്ങൾക്കായി ഉൽപ്പാദനോപകരണങ്ങളിൽ ഉടമാവകാശം. തനി ക്കാവശ്യമുള്ളതിനേക്കാൾ ഉണ്ടാക്കാം എന്നുവന്നപ്പോൾ, മിച്ചം വന്ന വസ്തുക്കൾ ചിലർ കൈക്കലാക്കി. അങ്ങനെ അവർ മറ്റു ള്ളവരേക്കാൾ പണക്കാരായി. ഇങ്ങിനെ ഉണ്ടായ സ്വകാര്യ സ്വത്തും കൈമാറ്റവ്യവസ്ഥയുംകൂടി പഴയ ഗോത്രവ്യവസ്ഥ ഇല്ലാ താക്കി.

പ്രാകൃതസമത്വം പോയി അസമത്വം വന്നു. മനുഷ്യചരിത്ര ത്തിൽ ആദ്യമായി വർഗങ്ങൾ വളർന്നു: അടിമകളും യജമാ നൻമാരും അരങ്ങേത്തെത്തി. ഉൽപ്പാദനോപകരണങ്ങൾ കയ്യിലു ണ്ടായിരുന്നവർ അടിമകളെ ഉപയോഗിച്ചു പണിയെടുപ്പിച്ചു. അടി മത്ത വ്യവസ്ഥ ഇങ്ങനെയാണു വളർന്നത്.

10

അടിമ സമൂഹം

ഉൽപ്പാദനശക്തികളുടെ വളർച്ചയോടെ പ്രാകൃതസമൂഹത്തിന്റെ സ്ഥാനത്ത് അടിമ സമൂഹം വന്നു.

പ്രാകൃതസമൂഹത്തിലെ ഉൽപ്പാദനശക്തികളെ കൂടുതൽ വളർത്തിക്കൊണ്ടുവരാൻ അടിമ സമൂഹത്തിനു കഴിഞ്ഞു. കല്ലുകൊണ്ടും മരം കൊണ്ടുമുള്ള ആയുധങ്ങൾക്കുപകരം ആദ്യം ഓടുകൊണ്ടും പിന്നീട് ഇരുമ്പുകൊണ്ടുമുള്ള ആയുധങ്ങൾ ഉണ്ടായി. മരക്കലപ്പയുടെ സ്ഥാനത്ത് ഇരുമ്പുകലപ്പ വന്നു. ഇരുമ്പുകൊണ്ടുള്ള അരിവാളും വെട്ടുകത്തിയും, കൈക്കോട്ടും കോടാലിയും ഉൽപ്പാദനം വർധിപ്പിച്ചു. ധാന്യകൃഷിയോടൊപ്പം പഴകൃഷിയും കായ്കറി കൃഷിയും തുടങ്ങി. കൃഷിക്കായി തോടുകളും ചിറകളും ഉണ്ടാക്കി. വെള്ളം ഉയർത്താനുള്ള ചില സൂത്രങ്ങളും കണ്ടുപിടിച്ചു. ധാന്യം പൊടിക്കാനുള്ള മില്ലുകളും എണ്ണയാട്ടാനുള്ള ചക്കുകളും ഉണ്ടായി. പിക്കാസും ചുറ്റികയും ഉപയോഗിച്ച് പാറ പൊളിച്ച് അയിർ ശേഖരിച്ചു. നാടൻ ചൂളകളിൽ അത് ഉരുക്കി ലോഹം എടുത്തു. പാത്രങ്ങൾ ഉണ്ടാക്കി. വമ്പിച്ച രീതിയിലാണ് ഉൽപ്പാദനശക്തികൾ വളർന്നത്.

ഇതോടെ പുതിയ തൊഴിൽവിഭജനം വന്നു. കരകൗശലക്കാർ പല ശാഖകളായി പിരിഞ്ഞു. അയിരിൽനിന്ന് ലോഹം എടുക്കൽ, ലോഹപ്പണി, ആയുധനിർമാണം, തുണിനെയ്ത്ത്, തോൽപ്പണി, തോൽ ഊറയ്ക്കിടൽ, മൺപാത്രമുണ്ടാക്കൽ എന്നിങ്ങനെ പലതൊഴിലുകളും വളർന്നു. ഇതിനാവശ്യമായ പ്രത്യേ

കതരം ഉപകരണങ്ങളും ഉണ്ടാക്കി. പ്രാകൃതമായ കടച്ചിൽയന്ത്രവും ഉലകളും അന്നത്തെ ലോഹപ്പണിക്കാർ ഉപയോഗിച്ചിരുന്നു.

കെട്ടിടങ്ങളും കപ്പലുകളും ആയുധങ്ങളുമുണ്ടാക്കി. ഇതോടെ കച്ചവടം പരന്നു. പട്ടണങ്ങൾ വളർന്നു.

ഉൽപ്പാദനശക്തികളിലുണ്ടായ മാറ്റം, അടിമസമൂഹത്തിനകത്തെ ഉൽപ്പാദനബന്ധങ്ങളിലും മാറ്റം ഉണ്ടാക്കി. യജമാനനായിരുന്നു എല്ലാ അധികാരവും. ഉൽപ്പാദനോപകരണങ്ങളും അവയിൽ പ്രവർത്തിക്കുന്ന അടിമകളും യജമാനന്റെ സ്വത്താണ്. അടിമ ഉണ്ടാക്കിയതും യജമാനന്റേതുതന്നെ. കഷ്ടിച്ചു ജീവിക്കാൻവേണ്ടതുമാത്രം യജമാനൻ അടിമയ്ക്കു കൊടുക്കും. ഇതായിരുന്നു സ്ഥിതി.

യജമാനനായിരുന്നു മേധാവി. അടിമകൾ യജമാനന്റെ ക്രൂരതകളും ചൂഷണവും സഹിച്ചതിനു കണക്കില്ല. അവർക്ക് യാതൊരു അവകാശവുമില്ല. ഒരുപിടി യജമാനൻമാർ ആയിരക്കണക്കിൽ അടിമകളെ ചൂഷണം ചെയ്തു. ആദ്യമൊക്കെ ഉൽപ്പാദനശക്തി, ഇതിന്റെ ഫലമായി വളർന്നു. പക്ഷേ, ഒരു ഘട്ടം കഴിഞ്ഞപ്പോൾ, ഉൽപ്പാദനം വർധിക്കാതായി. പുതിയ ഉപകരണങ്ങളും തൊഴിൽക്കഴിവുകളും വളരാതായി. അടിമകൾക്ക് തൊഴിലിൽ താൽപ്പര്യം കുറഞ്ഞു. മാത്രമല്ല, പണിയെടുക്കാനുള്ള ശരീരശക്തി അടിമകൾക്കില്ലാതായി. മാനസികമായി അടിമകൾ ഈ വ്യവസ്ഥയെ വെറുക്കാനും തുടങ്ങി.

സ്വാഭാവികമായും, അടിമസമൂഹത്തിനകത്ത് വിള്ളലുകൾ ഉണ്ടായി. വൈരുധ്യങ്ങൾ വലുതായി. അടിമകൾ കലാപങ്ങൾ നടത്തി. അവർ പല മർദ്ദനങ്ങളും നേരിട്ടു. നിവൃത്തികെട്ട് യജമാനൻമാർക്കെതിരെ അടിമകൾ കൈയോങ്ങി. ഇവയും, തൊട്ടടുത്തുള്ള ഗോത്രങ്ങളിൽനിന്നുള്ള ആക്രമണങ്ങളും, അടിമസമൂഹത്തെ ക്ഷീണിപ്പിച്ചു.

ഉൽപ്പാദനശക്തികളുടെ വളർച്ച കാരണം അടിമസമൂഹത്തിനു നിലനിൽക്കാൻ വയ്യാതായി. മനുഷ്യനെ അടിമപ്പണി ചെയ്യിക്കുന്നതിന്റെ സ്ഥാനത്ത്, മറ്റു ചില ശക്തികൾ ഉപയോഗിച്ചാലേ ഇനി സമൂഹം പുരോഗമിക്കൂ എന്ന നിലവന്നു.

പ്രാകൃതസമൂഹത്തോളം അടിമസമൂഹം നീണ്ടുനിന്നില്ല. അതിനുമുമ്പുതന്നെ അടിമത്തം അവസാനിപ്പിക്കേണ്ടിവന്നു. അതിനകത്തുതന്നെയുള്ള ശക്തികൾ ആ സമൂഹത്തെ മാറ്റി.

11

നാടുവാഴി സമൂഹം

അടിമസമൂഹത്തിനേക്കാൾ ഉൽപ്പാദനശക്തികൾക്കു വളരാൻ നാടുവാഴിസമൂഹം സൗകര്യമുണ്ടാക്കി. വെള്ളത്തിന്റെയും കാറ്റിന്റെയും ശക്തി ഉപയോഗിച്ച് മില്ലുകൾ ഉണ്ടാക്കി. മനുഷ്യന്റെ മാംസപേശികളെ മാത്രം ആശ്രയിച്ചാൽപോരെന്നു വന്നു. കപ്പലോടിക്കാൻ കാറ്റുപയോഗിച്ചു. ഇരുമ്പ് അടിച്ചു പരത്താൻ പഠിച്ചു. കടലാസും വെടിമരുന്നും പുസ്തകനിർമാണവും മറ്റുപലതും കണ്ടുപിടിച്ച ഇക്കാലം മാനവചരിത്രത്തിൽ പ്രാധാന്യം അർഹിക്കുന്നു.

കരകൗശലങ്ങൾ മുന്നേറി. പുതിയ ആയുധങ്ങളും ചെറിയ യന്ത്രങ്ങളും പഴയതിനുപകരം ഉപയോഗിക്കാൻ തുടങ്ങി. ചർക്കയും, കൈത്തറിയും പാവിടലും മറ്റും നെയ്ത്തുകാരന്റെ തൊഴിൽ മെച്ചപ്പെടുത്തി. ഉൽപ്പാദനം വികസിച്ചു. പട്ടണങ്ങൾ വളർന്നു. പല പട്ടണങ്ങളും അന്ന് ലോകകേന്ദ്രങ്ങളായിരുന്നു. അവിടേയ്ക്ക് മറ്റു രാജ്യക്കാർ വന്ന് കരകൗശല വസ്തുക്കൾ വാങ്ങിക്കൊണ്ടുപോവുകയും ചെയ്തു.

കൃഷിയിൽ പുരോഗതി ഉണ്ടായി. പുതിയ ധാന്യങ്ങളും പഴങ്ങളും കായ്കറികളും കൃഷി ചെയ്യാൻ തുടങ്ങി. മണ്ണ് ഇളക്കാനും വളം ചേർക്കാനും പുതിയ വഴികൾ സ്വീകരിച്ചു. മൃഗങ്ങളെ വളർത്തി അവയെ കലപ്പയും വണ്ടിയും വലിക്കാൻ ഉപയോഗിച്ചു. മൃഗങ്ങളിൽനിന്നുള്ള സാധനങ്ങളും അധികം ഉണ്ടാക്കി.

നാടുവാഴിസമൂഹത്തിൽ ഉൽപ്പാദനശക്തികൾ വളർന്നതിനനുസരിച്ച് ഉൽപ്പാദനബന്ധങ്ങളിൽ മാറ്റം വന്നില്ല. ഭൂമി ജന്മിയുടേതായിരുന്നു. പക്ഷേ, കാർഷികോപകരണങ്ങൾ ചിലത് കുടിയാന്മാരുടേതായിരുന്നു. അടിയാളൻമാർ ജന്മിക്കുവേണ്ടി പണിചെയ്യണം. അടിയാളരെ വിൽക്കാനും വാങ്ങാനുംകൂടി ജന്മിക്ക് അവകാശമുണ്ടായിരുന്നു; ജീവനപഹരിക്കാൻമാത്രം അവകാശമില്ലായിരുന്നു.

ജന്മിക്കായിരുന്നു സമൂഹത്തിൽ മേധാവിത്വം. അവർ കുടി

യാന്മാരെ ചൂഷണം ചെയ്തു. കുടിയാൻമാർക്ക് അടിമകളേക്കാൾ സ്വാതന്ത്ര്യമുണ്ടായിരുന്നു. കൃഷിക്കാർക്കും കരകൗശലക്കാർക്കും സ്വന്തം ഭൂമിയും കാളകളും ഉപകരണങ്ങളും ലഘുയന്ത്രങ്ങളും ഉണ്ടായിരുന്നു. നാടുവാഴിക്കുവേണ്ടി ചില കടമകൾ നിറവേറ്റിക്കഴിഞ്ഞാൽ ബാക്കി സമയം ഇവർ സ്വന്തം പ്രവൃത്തി ചെയ്തിരുന്നു. കാർഷികരീതികളും കരകൗശലരീതികളും കുറെയൊക്കെ വ്യത്യാസപ്പെടുത്താനും ഇവർക്കു കഴിഞ്ഞു.

ഉൽപ്പാദനശക്തികൾ വളർന്നു. ഇന്ത്യയിലേക്കുള്ള വഴി കണ്ടുപിടിച്ചതും അമേരിക്ക കണ്ടുപിടിച്ചതും അന്നത്തെ പുരോഗതിയെ സഹായിച്ചു. ഒരു രാജ്യത്തിലൊതുങ്ങാതെ സാർവദേശീയക്കമ്പോളങ്ങൾ വളരാൻ തുടങ്ങി. പല സാധനങ്ങളുടെയും ആവശ്യം വർധിച്ചു. ഇത്രയും കൊടുക്കാൻ നാടുവാഴിത്തത്തിനു കഴിവില്ലായിരുന്നു. കരകൗശലക്കാരുടെ സ്ഥാനത്ത്, നിർമാതാക്കൾ വന്നു. അവർ കൂടുതൽ സാധനങ്ങളുണ്ടാക്കാനുള്ള സംഘടനാസാമർഥ്യമുള്ളവരായിരുന്നു.

ഈ നിർമാതാക്കൾ എന്തുചെയ്തു? ഒരു നിർമാണശാലയിൽ കൈത്തൊഴിൽക്കാരെ കൊണ്ടുവന്നു പ്രവർത്തിപ്പിച്ചു. അവർക്കിടയിൽ, തൊഴിൽവിഭജനം നടത്തി. ഇതിന്റെ ഫലമായി ഉൽപ്പാദനം വർധിച്ചു. നാടുവാഴിസമൂഹത്തിൽ നിർമാതാക്കൾ വന്നത്, പുതിയ ബൂർഷ്വാവർഗത്തിന്റെ ഉദയമായിരുന്നു. ബൂർഷ്വാസിയുടെകൂടെ തൊഴിലാളിവർഗവും വളർന്നു.

നാടുവാഴിത്തത്തിൽ ഇങ്ങനെ പുതിയ ഉൽപ്പാദനബന്ധങ്ങളുണ്ടായി. നിർമ്മാതാവും നാടുവാഴിയും തമ്മിലുള്ള വൈരുധ്യങ്ങൾ മൂത്തു. നിർമാതാവിന്, സ്വതന്ത്രനായ തൊഴിലാളിയെ വേണം. ഫ്യൂഡൽവ്യവസ്ഥയിൽ, കുടിയാന്, നാടുവിടാൻ വയ്യാത്ത മട്ടിലായിരുന്നു. അതുപോലെ ഗ്രാമങ്ങളെ ചുറ്റിപ്പറ്റിയുള്ള സാമ്പത്തികജീവിതത്തിനുപകരം, നിർമാതാക്കൾ ലോകകമ്പോളത്തെ ലാക്കാക്കി പ്രവർത്തിച്ചു. ഫ്യൂഡൽബന്ധങ്ങൾക്കു പകരം മുതലാളിത്തബന്ധങ്ങൾ വളരാൻ തുടങ്ങി. പല സ്ഥലത്തും ബൂർഷ്വാ വിപ്ലവങ്ങൾ നടന്നു. ബൂർഷ്വാസിയുടെ കൂടെ ഈ വിപ്ലവത്തിൽ കുടിയാന്മാരും പട്ടണത്തിലെ തൊഴിലാളികളും ചേരുകയും ചെയ്തു.

12

മുതലാളിത്ത സമൂഹം

മുതലാളിത്തത്തിലെ ഉൽപ്പാദനശക്തി മുഖ്യമായും വൻകിട യന്ത്രങ്ങളാണ്. വലിയ തൊഴിൽശാലകളും ഖനികളും, ഫ്യൂഡൽകാലത്തെ ചെറിയ വർക്കുഷോപ്പുകളുടെ സ്ഥാനത്തു വളർന്നു. പ്രകൃതിശക്തികളെ മനുഷ്യൻ കീഴടക്കി; വ്യവസായത്തിലും കൃഷിയിലും രസതന്ത്രം ഉപയോഗിച്ചു; ആവിക്കപ്പലും റെയിൽവേയും കമ്പിത്തപാലും വളർന്നു. കാടുവെട്ടിത്തെളിച്ചുള്ള കൃഷി നടത്തി. പുഴകളിൽനിന്നുള്ള വെള്ളം തോട്ടിൽക്കൂടി എത്തിച്ചു. ജനങ്ങളെയാകെ ഭൂമിയിൽനിന്നു തട്ടിയുണർത്തി. ഇങ്ങനെ മുതലാളിത്തത്തിലെ പുതിയ ഉൽപ്പാദന ശക്തികൾ വളർന്നുവരികയായിരുന്നു.

ആയിരമായിരം കൊല്ലങ്ങൾക്കുള്ളിലുണ്ടാവാത്ത ഉൽപ്പാദനം വികസിപ്പിക്കാൻ ഒന്നുരണ്ടു നൂറ്റാണ്ടുകൾക്കുള്ളിൽ മുതലാളിത്തത്തിനു കഴിഞ്ഞു.

ഇവിടെ മുതലാളിക്കാണ് മേധാവിത്വം. ഉൽപ്പാദനോപകരണങ്ങൾ മുതലാളിയുടെ സ്വകാര്യസ്വത്താണ്. തൊഴിലാളി, നിയമപ്രകാരം സ്വതന്ത്രനാണ്. അയാൾക്ക് ഇഷ്ടപ്രകാരം എവിടെ വേണമെങ്കിലും പ്രവൃത്തിചെയ്യാം. ഭൂമിയുടെയോ ഒരു ഫാക്ടറിയുടെയോ കെട്ടുപാടൊന്നും ഇല്ല. പക്ഷേ, തൊഴിലാളി ബൂർഷ്വാവർഗത്തിന്റെ പിടിയിലായിരുന്നു. ഒരിടത്തുനിന്നുമാറി,

മറ്റൊരിടത്തു പോയാൽ, അവിടെയും ബൂർഷ്വായുടെ കീഴിൽ പണി ചെയ്യണം. മറ്റു വഴികളില്ല. സ്വന്തമായി ഉൽപ്പാദനോപകരണങ്ങൾ ഇല്ലാത്തതുകൊണ്ട് തൊഴിലാളിക്ക് അധ്വാനശക്തി വിൽക്കേണ്ടതായിവന്നു.

മുതലാളിക്കു കിട്ടുന്ന ലാഭമാണ് അയാളെ കൂടുതൽ ഉൽപ്പാദനത്തിനു തള്ളിവിടുന്നത്. ലാഭത്തിനായി, പുതിയ യന്ത്രങ്ങൾ സ്ഥാപിക്കുന്നു; പുതിയ ശാലകൾ തുടങ്ങുന്നു; കൃഷിയിൽ ശ്രദ്ധിക്കുന്നു; വ്യവസായത്തെ വികസിപ്പിക്കുന്നു. ഇങ്ങനെ ഉൽപ്പാദനശക്തികൾ വളരാൻ തുടങ്ങി.

ഉൽപ്പാദനശക്തികൾക്കനുസരിച്ച്, മുതലാളിത്തത്തിൽ ഉൽപ്പാദനബന്ധങ്ങളിൽ മാറ്റം വരുന്നില്ല. വികാസം തടയപ്പെടുന്നു. മുതലാളിത്തത്തിൽ ഉൽപ്പാദനം സാമൂഹ്യമാണ്. ലാഭം നേടുന്നത് സ്വകാര്യമുതലാളിയും. അനേകായിരം തൊഴിലാളികൾ ചേർന്ന് ഉൽപ്പാദിപ്പിച്ച സാധനങ്ങളിൽനിന്നുള്ള ഫലം ഒരുപിടി മുതലാളിമാർക്കു മാത്രമാണ്. മുതലാളിത്ത സമൂഹത്തിൽ ഇതാണേറ്റവും വലിയ വൈരുധ്യം.

മുതലാളിത്തം വളർന്ന്, ഇരുപതാം നൂറ്റാണ്ടിന്റെ ആരംഭത്തോടെ, സാമ്രാജ്യത്വമായിത്തീർന്നിരിക്കുന്നു. മുതലാളിത്തത്തിന്റെ വാർധക്യദശയാണിത്.

എന്താണ് സാമ്രാജ്യത്വം? അവിടെ കുത്തകകൾക്കാണ് മേധാവിത്വം. മുമ്പൊക്കെ മുതലാളികൾ തമ്മിൽ മത്സരിച്ചിരുന്നു. മുതലാളിമാർ സംഘടിച്ച്, ചില സാധനങ്ങളുടെ ഉൽപ്പാദനവും വിൽക്കലും, കുത്തകകൾക്കു കീഴിലാക്കുന്നു. സാമ്രാജ്യത്വത്തിന്റെ ആവശ്യം അതാണ്.

കുത്തകകൾ ശ്രമിക്കുന്നത് പരമാവധി ലാഭം ഉണ്ടാക്കാനാണ്. ഇതിനായി അവർ തൊഴിലെടുക്കുന്നവരെ കൂടുതൽ ചൂഷണംചെയ്യുന്നു. സ്വന്തം നാട്ടിൽ മാത്രമല്ല, കോളനികളിലും മറ്റു രാജ്യങ്ങളിലും ഇവർ ചൂഷണം നടത്തുന്നു. ഇതിനായി വലിയ കമ്പനികൾ സ്ഥാപിക്കുന്നു. സാമ്രാജ്യത്വം ഓരോ രാജ്യത്തെയും തങ്ങളുടെ വരുതിയിൽ നിറുത്താൻ നോക്കുന്നു. ചിലപ്പോൾ സാമ്രാജ്യങ്ങൾ തമ്മിൽ, തങ്ങൾക്ക് ചില പ്രദേശങ്ങൾ കിട്ടാൻ, യുദ്ധവും നടത്തുന്നു.

മുതലാളിത്തത്തിനകത്തെ വൈരുധ്യങ്ങളെ സാമ്രാജ്യത്വം

വളർത്തുന്നു. സാമൂഹ്യമായ ഉൽപ്പാദനം, സ്വകാര്യമായ ലാഭം എന്ന വൈരുധ്യം സാമ്പത്തികക്കുഴപ്പങ്ങളും നാണയപ്പെരുപ്പവും വിലക്കയറ്റവും തൊഴിലില്ലായ്മയും ഉണ്ടാക്കുന്നു. ഇതോടൊപ്പം രൂക്ഷമായ വർഗസമരങ്ങൾ നടക്കുന്നു. തൊഴിലാളിവർഗം, മുതലാളിത്തത്തിനെതിരായ സമരത്തിൽ മുന്നിൽ കടക്കുന്നു.

സോഷ്യലിസ്റ്റ് വിപ്ലവത്തിന്റെ സാമ്പത്തികമായ അടിത്തറ ഇതാണ്. മുതലാളിത്ത ഉൽപ്പാദനബന്ധങ്ങൾ മാറ്റി സോഷ്യലിസ്റ്റ് ഉൽപ്പാദനബന്ധങ്ങൾ സ്ഥാപിക്കുന്നതിനാണ് സോഷ്യലിസം ശ്രമിക്കുക.

13

സോഷ്യലിസ്റ്റ് സമൂഹം

സോഷ്യലിസമെന്നാൽ എന്താണ്? ഇതിന് ഓരോരുത്തരും നൽകുന്ന മറുപടി ഓരോന്നാണ്.

ബ്രിട്ടീഷ് ലേബർ പാർട്ടിയടക്കം പടിഞ്ഞാറൻ രാജ്യങ്ങളിലെ സോഷ്യലിസ്റ്റുകൾ അംഗീകരിച്ചിട്ടുള്ള സോഷ്യലിസത്തിൽ ഉൽപ്പാദനം വിതരണം കൈമാറ്റം എന്നിവയ്ക്കുള്ള എല്ലാ ഉപാധികളും പൊതു ഉടമയ്ക്കു കീഴിൽ കൊണ്ടു വരിക എന്ന തത്വം അംഗീകരിക്കുന്നില്ല. പൊതു ഉടമയും സ്വകാര്യ ഉടമകളും കൂടിച്ചേർന്നുള്ള ഒരു സാമൂഹ്യവ്യവസ്ഥക്കാണ് അവർ സോഷ്യലിസം എന്ന പേരു നൽകിയിട്ടുള്ളത്.

ആയിരത്തി തൊള്ളായിരത്തി പതിനേഴിൽ റഷ്യൻവിപ്ലവം നടന്നു. വിപ്ലവത്തിനുശേഷം അവിടെ സോഷ്യലിസം സ്ഥാപിക്കാൻ പരിപാടികൾ ഇട്ടു. വ്യവസായവൽക്കരണവും കൂട്ടുകൃഷിയും ആകണം ഇതിന്റെ കാതലായ ഭാഗം എന്ന് ലെനിൻ പറഞ്ഞു.

സോഷ്യലിസ്റ്റ് സമൂഹത്തിലെ ഉൽപ്പാദനശക്തികൾ എന്തൊക്കെയാണ്: വ്യവസായം, കൃഷി, ഗതാഗതവാർത്താവിനിമയോപാധികൾ, നിർമാണവ്യവസായം എന്നിവയും ഇതിൽ പങ്കെടുക്കുന്ന ജനങ്ങളുമാണ്. സോവിയറ്റു യൂണിയനിൽ വ്യവസായോൽപ്പന്നങ്ങളധികവും ഉണ്ടാക്കുന്ന നിരവധി വൻകിട സ്ഥാപ

നങ്ങളും, പതിനായിരക്കണക്കിൽ ചെറിയ സ്ഥാപനങ്ങളുമുണ്ട്. കൃഷിയിൽ 8000 സ്റ്റേറ്റ് കൃഷിക്കളങ്ങളും പതിനായിരക്കണക്കിൽ കൂട്ടുകൃഷിക്കളങ്ങളും ഉണ്ട്. റെയിൽവേ, റോഡ്, ജലഗതാഗതം ചരക്കു കപ്പലുകൾ, കമ്പിത്തപാൽ, ടെലിഫോൺ, റേഡിയോ, ടെലിവിഷൻ ഇവയെല്ലാം അവിടെ വൻതോതിൽ വികസിച്ചിരിക്കുന്നു.

സോവിയറ്റു യൂണിയന്റെ ശക്തിയുടെയും സമ്പത്തിന്റെയും സോഷ്യലിസ്റ്റു സമൂഹക്രമത്തിന്റെയും അടിത്തറ ഇവയൊക്കെയാണ്.

കമ്യൂണിസ്റ്റ് മാനിഫെസ്റ്റോയിൽ മാർക്സും എംഗൽസും വരച്ചിട്ട ശാസ്ത്രീയ സോഷ്യലിസ്റ്റ് ആശയലോകത്തിൽ പ്രായോഗിക രൂപം നൽകാനുള്ള ആദ്യ ശ്രമം നടന്നത്. വിപ്ലവാനന്തര സോവിയറ്റു യൂണിയനിൽ ലെനിന്റെ നേതൃത്വത്തിലാണ്.

അവിടെ ബാങ്കുകളും കപ്പൽ ഗതാഗതവും ദേശസാൽക്കരിക്കുകയും വിദേശ വ്യാപാരം ഭരണകൂടത്തിന്റെ കുത്തകയാക്കുകയും ചെയ്തു. 1918 ജൂണിൽ എല്ലാ രൂപത്തിലുമുള്ള സ്വകാര്യ പങ്കാളിത്തവും അവസാനിപ്പിച്ചു. ഭക്ഷ്യവിതരണത്തിന്റെ നിയന്ത്രണം ഏറ്റെടുത്തു.

അതായത്, സോഷ്യലിസ്റ്റുൽപ്പാദനബന്ധങ്ങളുടെ പ്രത്യേകത ഇതാണ്. ഉൽപ്പാദനോപകരണങ്ങൾ സാമൂഹ്യസ്വത്താണ്. സോഷ്യലിസ്റ്റ് ഉടമയിലാണ് വ്യവസായങ്ങളും കൃഷിയും. വ്യവസായങ്ങളും സ്റ്റേറ്റ് കൃഷിക്കളങ്ങളും സ്റ്റേറ്റിന്റെ ഉടമയിലാണ്. കൂട്ടുകൃഷിക്കളങ്ങൾ കൂട്ടായ സ്വത്താണ്. സ്വകാര്യസ്വത്ത് അവിടെയില്ല. ചൂഷണവും ഇല്ല.

സോഷ്യലിസ്റ്റുൽപ്പാദനബന്ധങ്ങളുടെ അടിസ്ഥാനം തൊഴിലാളികൾ തമ്മിലുള്ള സഹകരണവും പരസ്പരസഹായവുമാണ്. ഇവിടെ ചൂഷണമില്ലാത്തതുകൊണ്ട്, മറ്റു സമൂഹങ്ങളിലുള്ളതുപോലെ വർഗവൈരുധ്യങ്ങൾ അവിടെയില്ല. സാമൂഹ്യോൽപ്പാദനവും സാമൂഹ്യവിതരണവും ആണ് സോഷ്യലിസ്റ്റ് സമൂഹത്തിലുള്ളത്.

സോഷ്യലിസ്റ്റ് സമൂഹത്തിലും ചില്ലറ ചില വൈരുധ്യങ്ങളുണ്ടാവും. അവയെ നീക്കം ചെയ്യാൻ, നേതൃത്വം വഹിക്കുന്ന

കമ്യൂണിസ്റ്റ് പാർട്ടിക്കും ഗവൺമെന്റിനും കഴിയും. ഉദാഹരണത്തിന്, ഒരിക്കൽ ചെറിയ കൂട്ടുകൃഷിക്കളങ്ങൾക്ക് വലിയ യന്ത്രങ്ങൾ ഉപയോഗിക്കാൻ കഴിയാതെ വന്നു. അതിന്റെ ഫലമായി അവയുടെ ഉൽപ്പാദനം കുറഞ്ഞു. ഇതിനെ പരിഹരിക്കാൻ, കൂട്ടുകൃഷിക്കാരുടെ തന്നെ പിൻതുണയോടെ, കൃഷിക്കളങ്ങൾ വലുതാക്കി; രണ്ടും മൂന്നും കളങ്ങളെ ഒന്നിച്ചുചേർത്തു. ഇതിന് പാർട്ടിതന്നെ നേതൃത്വം വഹിച്ചു. അങ്ങനെ ആ വൈരുധ്യം തീർത്തു.

ഇങ്ങനെ ഉൽപ്പാദനശക്തികളും ഉൽപ്പാദനബന്ധങ്ങളും തമ്മിലുണ്ടാവുന്ന വൈരുധ്യങ്ങളെ കണ്ടറിഞ്ഞ് അതാതവസരം പ്രവർത്തിക്കണം.

അതുമാത്രം പോരാ. ജനങ്ങൾക്ക് ആവശ്യമുള്ളതെല്ലാം വേണ്ടത്ര ഉണ്ടാക്കാനും കഴിയണം. എങ്കിലേ സോഷ്യലിസ്റ്റ് സമൂഹത്തിൽനിന്ന് കമ്യൂണിസ്റ്റു സമൂഹത്തിലേക്കു കയറാൻ പറ്റൂ.

14

കമ്യൂണിസം

മനുഷ്യന്റെ ഏറ്റവും വലിയ സ്വപ്നമാണ് 'മാനുഷരെല്ലാരുമൊന്നുപോലെ' കഴിയുന്ന ഒരു സമൂഹം. മനുഷ്യൻ മനുഷ്യനായിത്തീരുന്ന സമൂഹം. ഇതു വെറും സങ്കൽപ്പമല്ലേ? ഉട്ടോപ്പിയ എന്ന പുസ്തകത്തിൽക്കൂടി തോമസ്മൂർ എന്ന ചിന്തകൻ, കമ്യൂണിസത്തിന്റെ ഒരു ചിത്രം വരച്ചു. പക്ഷേ അതു വെറുമൊരു സാങ്കൽപ്പിക ധാരണയായിരുന്നു. ഇങ്ങനെ പലരും ഭാവനയിൽ പലതും കണ്ടു. ഒന്നും ശാസ്ത്രത്തിൽ അടിയുറച്ചതല്ല. പിന്നെ എങ്ങനെ അതു ശരിയാവും?

മാർക്സും എംഗൽസും കമ്യൂണിസത്തെ സങ്കൽപ്പത്തിൽനിന്നു യാഥാർഥ്യമാക്കി മാറ്റി. സാമൂഹ്യവികാസത്തിന്റെ ഫലമായി സോഷ്യലിസം ഉണ്ടാവും എന്ന് അവർ കാണിച്ചുതന്നു. മനുഷ്യസമൂഹം പ്രാകൃതകമ്യൂണിസത്തിൽനിന്ന് ശാസ്ത്രീയകമ്യൂണിസത്തിലേക്കു പുരോഗമിക്കുകയാണെന്ന് അവർ വ്യക്തമാക്കി.

ബൂർഷ്വാഭരണം ഇല്ലാതാക്കിയ തൊഴിലാളിവർഗം, സ്വന്തം വർഗത്തിന്റെ അധികാരം സ്ഥാപിക്കുന്നു. തൊഴിലാളിവർഗ സർവാധിപത്യമാണിത്. ഈ ഭരണം തൊഴിലെടുക്കുന്നവരെ സംഘടിപ്പിക്കുന്നു. സമൂഹത്തെ പ്ലാൻ അനുസരിച്ച് മുന്നോട്ടു നയിക്കുന്നു. സോഷ്യലിസത്തിന്റെ വിജയം ഉറപ്പിക്കുന്നു. അതി

നുശേഷമോ? സോഷ്യലിസത്തിന്റെ അടുത്ത ഘട്ടമായ കമ്യൂണിസത്തിലേക്കു കടക്കണം എന്ന് ലെനിൻ ചൂണ്ടിക്കാണിച്ചു.

എന്താണ് കമ്യൂണിസം?

അതു വർഗങ്ങളില്ലാത്ത സമൂഹമാണ്.

ഉൽപ്പാദനോപകരണങ്ങൾ പൊതുസ്വത്താണ് അവിടെ.

എല്ലാ ജനങ്ങളും സാമൂഹ്യമായി സമന്മാരാണ്.

ജനങ്ങളുടെ സാർവത്രിക വികാസത്തിനായി സയൻസിനേയും ടെക്നോളജിയേയും ഉപയോഗിച്ച് ഉൽപ്പാദനശക്തികളെ ഉയർത്തുന്നു.

സഹകരണാടിസ്ഥാനത്തിലുള്ള സമ്പത്ത് സമൃദ്ധിയായി ഒഴുകും.

"ഓരോരുത്തരിൽനിന്നും കഴിവനുസരിച്ച് ഓരോരുത്തർക്കും ആവശ്യമനുസരിച്ച്" എന്ന തത്വം നടപ്പിലാക്കും.

സ്വതന്ത്രരും സാമൂഹ്യബോധമുള്ളവരുമായ തൊഴിലെടുക്കുന്ന ജനതയുടെ സമൂഹമാണത്.

സാമൂഹ്യനന്മയ്ക്കുള്ള അധ്വാനമാണ് ഓരോരുത്തരുടെയും മുഖ്യ കടമ.

ഓരോ വ്യക്തിയുടെയും കഴിവുകളെ ജനങ്ങളുടെ പരമാവധി ഗുണത്തിനായി ഉപയോഗിക്കും.

സർവവിധ മർദ്ദനത്തിൽനിന്നും ചൂഷണത്തിൽനിന്നും അസമത്വത്തിൽനിന്നും ജനതയെ കമ്യൂണിസം മോചിപ്പിക്കും. യുദ്ധമില്ലാത്ത ലോകത്തിൽ സമാധാനവും സ്വാതന്ത്ര്യവും സമത്വവും സാഹോദര്യവും അധ്വാനവും പുലരും. അതാണ് ഭൂമിയിലെ സ്വർഗം.

മനുഷ്യന്റെ വികാസത്തിന്റെ അങ്ങേയറ്റത്ത് നാം എത്തുന്നത് അപ്പോഴാണ്.

15

അടിത്തറയും മേൽത്തട്ടും

സമ്പത്തിന്റെ ഉൽപ്പാദനരീതിയാണ് സാമൂഹ്യവികാസത്തിൽ നിർണായകശക്തി. ഇത് സാമൂഹ്യബന്ധങ്ങളെ മാറ്റുന്നു. രാഷ്ട്രീയവും നിയമപരവും സാന്മാർഗികവുമായ ആശയങ്ങൾ സാമൂഹ്യബന്ധങ്ങളിൽനിന്ന് ഉണ്ടാവുന്നു. ഈ ആശയങ്ങൾ സമൂഹത്തിന്റെ സാമ്പത്തികവികാസത്തെ സ്വാധീനിക്കുകയും ചെയ്യുന്നു. പക്ഷേ, അടിത്തറയെ ആകെ മാറ്റാൻ ആശയത്തിനു കഴിയില്ല.

ഉൽപ്പാദനരീതിയാണ് അടിത്തറ - അതാണല്ലോ ഉൽപ്പാദനബന്ധങ്ങളെ നിർണയിക്കുന്നത്.

ഓരോ സമൂഹത്തിനും അതിന്റേതായ അടിത്തറയുണ്ട്. ഉൽപ്പാദനബന്ധങ്ങൾ വ്യത്യാസപ്പെടുന്നതിനനുസരിച്ച് അടിത്തറയും മാറും. പഴയ സമൂഹത്തിനകത്തുതന്നെ പുതിയ സമൂഹത്തിന്റെ അടിത്തറയുണ്ടായാലേ, പഴയ സമൂഹം മാറി പുതിയതൊന്ന് ഉണ്ടാവുകയുള്ളൂ.

അങ്ങനെ പുതിയ അടിത്തറ ഉണ്ടായാൽ, സമൂഹത്തെയാകെ അതു മാറ്റിത്തീർക്കുന്നു. പുതിയ രീതിയിൽ ഉൽപ്പാദനവും വിതരണവും സംഘടിപ്പിക്കേണ്ടിവരുന്നു.

ഈ അടിത്തറമേലാണ് മേൽത്തട്ട് നിൽക്കുന്നത്. സമൂഹത്തിന്റെ രാഷ്ട്രീയാഭിപ്രായങ്ങൾ, തത്വശാസ്ത്രവീക്ഷണം,

സാന്മാർഗികബോധം, കലാപരമായ കഴിവ്, മതസ്വാധീനം എന്നിവയെല്ലാം മേൽത്തട്ടാണ്. ഇവയ്ക്കായുള്ള പ്രസ്ഥാനങ്ങളും സംഘടനകളും എല്ലാം മേൽത്തട്ടുതന്നെ. അടിത്തറ, ഉൽപ്പാദനബന്ധങ്ങളാണ് - സാമ്പത്തികബന്ധങ്ങളാണ്.

ഇതിനർഥം, രാഷ്ട്രീയത്തിനോ തത്വശാസ്ത്രത്തിനോ ഒന്നും അടിത്തറയെ സ്വാധീനിക്കാൻ കഴിയില്ല എന്നാണോ? നിലവിലുള്ള അടിത്തറ മാറ്റണം എന്ന ബോധം ജനങ്ങളിലുണ്ടാക്കുന്നത്, അടിത്തറ മാറ്റാനുള്ള സമരത്തെ സഹായിക്കുകതന്നെ ചെയ്യുമല്ലോ.

അടിത്തറമേലാണ് മേൽത്തട്ട് നിൽക്കുന്നതെങ്കിലും, അടിത്തറയെ സ്വാധീനിക്കാൻ, മേൽത്തട്ടിനു കഴിയും. പക്ഷെ മേൽത്തട്ടിനെ മേൽത്തട്ടായും അടിത്തറയെ അടിത്തറയായും കാണണം. ഒന്നിനെ, മറ്റൊന്നിനു പകരമായി കാണരുത്, എന്നു മാത്രം.

പ്രാകൃതസമൂഹത്തിൽ സ്വകാര്യസ്വത്തില്ല; വർഗങ്ങളില്ല; അതിനാൽ വർഗവൈരുധ്യവുമില്ല. അതുകൊണ്ട് പ്രാകൃതസമൂഹത്തിലെ മേൽത്തട്ടിൽ ഭരണകൂടമില്ല. രാഷ്ട്രീയാശയങ്ങളില്ല, അതിനുള്ള സ്ഥാപനങ്ങളുമില്ല.

സ്വകാര്യസ്വത്തുണ്ടായതോടെ (അടിമസമൂഹത്തിലെ) അടിത്തറ, മറ്റൊരു തരത്തിലായി. ആ അടിത്തറയിൽ ഉണ്ടായ മേൽത്തട്ട്, അടിമസമൂഹത്തിനെ ന്യായീകരിച്ചു. അടിമത്തം നിലനിർത്താൻ ഒരു ഭരണകൂടത്തെയും അത് ഉണ്ടാക്കി.

മുതലാളിത്തസമൂഹത്തിൽ, ബൂർഷ്വാസിയും തൊഴിലാളിവർഗവും തമ്മിലുള്ള വൈരുധ്യം എത്ര കടുത്തതാണെന്ന് നമുക്കറിയാം. പക്ഷേ, മറ്റു വർഗങ്ങളും ബൂർഷ്വാസമൂഹത്തിലുണ്ട്, മറ്റു സാമൂഹ്യഗ്രൂപ്പുകളും ഉണ്ട് - കൃഷിക്കാർ, കൈവേലക്കാർ, ഇടത്തരക്കാർ എന്നിങ്ങനെ. ഇവരുടെ താൽപ്പര്യങ്ങളും കുത്തകമുതലാളിത്ത താൽപ്പര്യവുമായി പൊരുത്തപ്പെടുന്നില്ല.

ഇതാണ് മുതലാളിത്തസമൂഹത്തിന്റെ അടിത്തറ. അതിന്റെ മേൽത്തട്ടിൽ, ഇതിന്റെയെല്ലാം പ്രതിഫലനം കാണാം. പലതരം വർഗങ്ങളുടെ ആശയങ്ങളും സമീപനങ്ങളും ധാരണകളും മേൽത്തട്ടിൽ വന്നു തട്ടുന്നു. എങ്കിലും, അടിത്തറയിൽ മേധാവിത്വം വഹിക്കുന്ന വർഗത്തിന്റെ ആശയങ്ങൾക്കാവും മേൽത്ത

ട്ടിലും മേധാവിത്വം. ബൂർഷ്വാ ആശയങ്ങൾക്കും പ്രസ്ഥാന ങ്ങൾക്കുമാവും മുതലാളിത്തസമൂഹത്തിൽ പ്രാമുഖ്യം എന്ന് നമുക്ക് അനുഭവമാണല്ലോ.

അടിത്തറയ്ക്കാണ് പ്രാധാന്യം. പക്ഷേ, മേൽത്തട്ടിന് അടി ത്തറയെ മാറ്റിത്തീർക്കാനുള്ള സമരത്തിൽ പലതും ചെയ്യാൻ കഴിയും. അടിത്തറയുടെ നിലനിൽപ്പിനെ ചോദ്യം ചെയ്യാൻ കഴി യുന്നതുതന്നെ വലിയ മുന്നേറ്റമാണ്. അടിത്തറ ഇളകണമെങ്കിൽ, മേൽത്തട്ടും ഒന്നു കുലുങ്ങുന്നത് നല്ലതാണ്.

16

ചരിത്രശക്തികൾ

ചരിത്രം നിർമിക്കുന്നത് ജനങ്ങളാണ്. അതാണ് ചരിത്രശാസ്ത്രത്തിന്റെ കാഴ്ചപ്പാട്.

ആരാണീ ജനങ്ങൾ? എന്താണവരുടെ പങ്ക്? അധ്വാനിക്കുന്നവരെയാണ് ജനങ്ങൾ എന്ന വാക്കുകൊണ്ട് ഉദ്ദേശിക്കുന്നത്. വർഗസമൂഹത്തിൽ ചൂഷിതരാണ് ജനങ്ങൾ; അടിമസമൂഹത്തിൽ അടിമകളാണ് ജനങ്ങൾ; ഫ്യൂഡൽസമൂഹത്തിൽ, കുടിയാന്മാരും കൈവേലക്കാരുമാണ് ജനങ്ങൾ; മുതലാളിത്തസമൂഹത്തിൽ തൊഴിലാളിവർഗവും കൃഷിക്കാരും അധ്വാനിക്കുന്ന ബുദ്ധിജീവികളും; സാമൂഹ്യപുരോഗതിയെ സഹായിക്കുന്ന മറ്റു ഗ്രൂപ്പുകളും ജനങ്ങളിൽപ്പെടുന്നു. സോഷ്യലിസ്റ്റുസമൂഹത്തിലാകട്ടെ, മുഴുവൻ ജനസംഖ്യയും - തൊഴിലാളിവർഗം, കൃഷിക്കാർ, ബുദ്ധിജീവികൾ - ജനങ്ങളിൽപ്പെടുന്നു.

ഈ ജനങ്ങളാണ് യഥാർഥത്തിൽ സാമൂഹ്യപുരോഗതിയുണ്ടാക്കുന്നതും ചരിത്രം നിർമിക്കുന്നതും.

എങ്ങനെയാണവർ ചരിത്രം നിർമിക്കുന്നത്? അധ്വാനിക്കുന്ന ജനങ്ങൾ, തൊഴിലെടുക്കുന്നു, ഉൽപ്പാദനത്തിൽ പങ്കെടുക്കുന്നു. സമൂഹത്തിന്റെ ഭൗതികസമ്പത്ത് ഇവരാണ് ഉണ്ടാക്കുന്നത് - പട്ടണവും ഗ്രാമവും ഫാക്ടറികളും റോഡുകളും പാലങ്ങളും അണക്കെട്ടുകളും വാഹനങ്ങളും യന്ത്രങ്ങളും തുണിയും

ചെരിപ്പും ഭക്ഷണവും വീട്ടുസാമാനങ്ങളും എന്നുവേണ്ട നമുക്കുവേണ്ടതെന്തും ഉണ്ടാക്കുന്നത് ഇവരാണ്.

അധ്വാനിക്കുന്ന ജനങ്ങളാണ് സാങ്കേതികപുരോഗതിയുടെ ചാലകശക്തി. അവർ ഉപയോഗിക്കുന്ന ആയുധങ്ങൾ, അവർ ദിവസംതോറും വർഷംതോറും നൂറ്റാണ്ടുതോറും മാറ്റുന്നു; പരിഷ്കരിക്കുന്നു. പുതിയതരം ആയുധങ്ങൾ, അവർ ഉണ്ടാക്കുന്നു. അരിവാളിന്റെ ആകൃതിയും വെട്ടുകത്തിയുടെ പിടിയും കലപ്പയുടെ രൂപവും എല്ലാം ഉണ്ടായത് വളരെക്കാലത്തെ അധ്വാനത്തിനിടയിലാണ്. ഇതെല്ലാം സാങ്കേതികപുരോഗതിയെ സഹായിച്ചു. ഉൽപ്പാദനക്കഴിവിനെ വർധിപ്പിക്കുകയും ചെയ്തു.

ഏറ്റവും ചൂഷിതനും മർദ്ദിതനുമായി കഴിയുന്ന തൊഴിലാളി, പ്രവൃത്തിചെയ്യുന്നതിനിടയിൽ, ആയുധങ്ങൾ മെച്ചപ്പെടുത്തുന്നു. പുതിയ മാനവസമൂഹത്തിലേക്കുള്ള ഗതിയെ ഇത് നയിക്കുകയും ചെയ്യുന്നു. കാരണം, ഉൽപ്പാദനശക്തികളാണല്ലോ സമൂഹത്തിന്റെ അടിത്തറ.

ഇതുമാത്രമല്ല ജനങ്ങൾ ചെയ്യുന്നത്. സാമൂഹ്യവിപ്ലവങ്ങൾ സംഘടിപ്പിക്കുന്നതും രാഷ്ട്രീയസമരങ്ങൾ നടത്തുന്നതും ദേശീയവിമോചനപ്രസ്ഥാനങ്ങൾ വളർത്തിക്കൊണ്ടുവരുന്നതും ജനങ്ങളാണ്. അവരാണിതിന്റെയെല്ലാം മുഖ്യശക്തി. മർദ്ദകർക്കെതിരായ വർഗസമരങ്ങൾ നടത്തുന്നതും ഇവർ തന്നെ; വർഗസമരത്തിന്റെ ഏറ്റവും ഉയർന്ന രൂപമാണ് സാമൂഹ്യവിപ്ലവം.

അടിമകൾ നടത്തിയ കലാപങ്ങൾ, അടിമസമൂഹത്തിന്റെ അടിത്തറ കുലുക്കി. ഫ്യൂഡൽസമൂഹത്തിലേക്കുള്ള മാറ്റത്തിന് ഇതു കാരണമായി. അതുപോലെ, ഫ്യൂഡലിസത്തിനെതിരായ ബൂർഷ്വാവിപ്ലവങ്ങളിൽ കുടിയാന്മാരും പട്ടണത്തിലെ ദരിദ്രവിഭാഗവും പ്രധാനപ്പെട്ട പങ്കുവഹിച്ചു.

പണിയെടുക്കുകയും സമരം ചെയ്യുകയും മാത്രമായിരുന്നു സോഷ്യലിസത്തിനുമുമ്പുള്ള സമൂഹങ്ങളിൽ ജനങ്ങൾ ചെയ്തത്. അധ്വാനിച്ചുണ്ടാക്കിയതിന്റെ ഫലങ്ങൾ അനുഭവിക്കാൻ അവർക്കു കഴിഞ്ഞില്ല. അതുകൊണ്ടാണ്, അവസാനം ജനങ്ങൾ സോഷ്യലിസ്റ്റു സമൂഹം ഉണ്ടാക്കുന്നത്.

ആരാണ്, നമ്മുടെ ആധ്യാത്മിക മൂല്യങ്ങളുടെ സ്രഷ്ടാ

ക്കൾ? അതും ജനങ്ങൾ തന്നെ. മാക്സിംഗോർക്കി എഴുതുന്നു: എല്ലാ ആധ്യാത്മികമൂല്യങ്ങളുടെയും അക്ഷയമായ ഉറവിടം ജനങ്ങളാണ്. കലകൊണ്ടും സൗന്ദര്യംകൊണ്ടും പ്രതിഭകൊണ്ടും എല്ലാത്തരം തത്വചിന്തകളും കാവ്യങ്ങളും അവർ ഉണ്ടാക്കിയതാണ് - ലോകസംസ്കാരം തന്നെ ഇവരുണ്ടാക്കിയതാണ്.

സാധാരണക്കാരുടെ മക്കളായിരുന്നു പല ശാസ്ത്രീയ കണ്ടുപിടിത്തങ്ങൾക്കും കാരണം. കൊല്ലന്മാരും കുടിയാൻമാരും ചെറുകൃഷിക്കാരും മീൻപിടുത്തക്കാരും അവരുടെ മക്കളും സയൻസിനും സംസ്കാരത്തിനും വലിയ നേട്ടങ്ങളുണ്ടാക്കി.

സമൂഹം പുരോഗമിക്കുന്തോറും, ജനങ്ങൾക്ക് അതിലുള്ള പങ്ക് അധികമാകുന്നു. സാമൂഹ്യമാറ്റങ്ങൾ കൂടുംതോറും കൂടുതൽ ജനങ്ങൾ അവയിൽ പങ്കെടുക്കുകയും ചെയ്യുന്നു.

അവസാനം സോഷ്യലിസ്റ്റു സമൂഹത്തിൽ പഴയ സമൂഹവ്യവസ്ഥയെ നശിപ്പിക്കുകമാത്രമല്ല ജനങ്ങൾ ചെയ്യുന്നത്. പുതിയൊരു സോഷ്യലിസ്റ്റു സമൂഹം ഉണ്ടാക്കുകയും ചെയ്യുന്നുണ്ട്.

സോഷ്യലിസത്തിൽ ജനങ്ങൾക്കുള്ള പങ്ക് വമ്പിച്ചതാണ്. അവർ സജീവമായി രാഷ്ട്രീയ-സാമൂഹ്യ കാര്യങ്ങളിൽ പങ്കെടുക്കുന്നു. അവർ സൃഷ്ടികർത്താക്കളായിത്തീരുന്നത് അപ്പോഴാണ്.

ഇത്രയും പറഞ്ഞതിൽനിന്ന് നേതാക്കൾക്കും പ്രതിഭാശാലികൾക്കും ചരിത്രത്തിൽ യാതൊരു പങ്കും ഇല്ലെന്ന് അർഥമില്ല. ഇത്തരം നേതാക്കൾ ജനങ്ങളെ നയിച്ചവരാണ്. ആശയങ്ങൾ മാറ്റിയവരാണ്. കടമകൾ നിർദേശിച്ചവരാണ്. തീർച്ചയായും അവരുടെ പങ്ക് വലുതാണ്.

ചരിത്രത്തിൽ ഒരൊറ്റ വർഗവും സ്വന്തം രാഷ്ട്രീയനേതാക്കളെ സൃഷ്ടിക്കാതെ, ഒരു പ്രസ്ഥാനത്തെ സംഘടിപ്പിച്ചു നയിക്കാൻ കെൽപ്പുള്ള പ്രമുഖ പ്രതിനിധികളെ ഉണ്ടാക്കാതെ, അധികാരത്തിലേയ്ക്കുയർന്നിട്ടില്ല എന്ന ലെനിന്റെ പ്രസ്താവന അർഥവത്താണ്.

തൊഴിലാളിവർഗത്തിന്റെ വിപ്ലവപ്രസ്ഥാനത്തിലും നേതാക്കൾക്ക്, പ്രത്യയശാസ്ത്രജ്ഞന്മാർക്ക്, വമ്പിച്ച പങ്കു നിർവഹിക്കാനുണ്ട്.

17

വർഗസമരങ്ങൾ

സമൂഹത്തിൽ വർഗങ്ങളുണ്ട്, സാമൂഹ്യ ഗ്രൂപ്പുകളുണ്ട്, വിഭാഗങ്ങളുണ്ട്.

ഉൽപ്പാദനശക്തികളും ഉൽപ്പാദനബന്ധങ്ങളും തമ്മിലുള്ള വൈരുധ്യമാണ് വർഗസമരത്തിനടിസ്ഥാനമെന്ന് കാൾ മാർക്സിനു മുമ്പുള്ളവർ മനസിലാക്കിയിരുന്നില്ല. ഒരു വർഗം മറ്റൊരു വർഗത്തെ അടക്കിവാഴുന്നതാണ് വർഗസമരത്തിന് അടിസ്ഥാനം എന്ന് മാർക്സ് തെളിയിച്ചു.

പ്രാകൃതസമൂഹത്തിൽ വർഗങ്ങൾ ഉണ്ടായിരുന്നില്ല. അന്ന് ഉൽപ്പാദനം താണനിലയിലായിരുന്നു. കഷ്ടിച്ചു ജീവിക്കാനുള്ളതുമാത്രമേ അന്നുണ്ടായിരുന്നുള്ളൂ. അധികം സമ്പത്തു സൂക്ഷിക്കാൻ അന്ന് കഴിഞ്ഞിരുന്നില്ല. കാരണം, സ്വകാര്യ സ്വത്തും ചൂഷണവും അന്നുണ്ടായിരുന്നില്ല.

പക്ഷെ, സ്ഥിതി മാറിയപ്പോൾ, ഉൽപ്പാദനശക്തി വളർന്നപ്പോൾ, തൊഴിലിന്റെ കാര്യക്ഷമത വർധിച്ചു. ആളുകൾക്ക് ഉൽപ്പാദനശക്തി കൂടി. ഉപഭോഗം കഴിച്ചു ബാക്കിയുള്ളതു ശേഖരിച്ചു വെച്ചു. അങ്ങനെ സ്വത്ത് സഞ്ചയിച്ചു.

സ്വകാര്യസ്വത്ത്, സാമ്പത്തികമായ അസമത്വം ഉണ്ടാക്കി. ചിലർ സമ്പന്നരായി, വിശേഷിച്ചും ഗോത്രത്തലവൻമാരും കുലീനത്തറവാട്ടുകാരും. സമൂഹസ്വത്ത് അവർ പിടിച്ചടക്കി. ഉൽപ്പാദ

നോപകരണങ്ങൾ ഇല്ലാത്തവർക്ക്, ഇവരുടെ കീഴിൽ പണിചെയ്യേണ്ടിവന്നു. പ്രാകൃതസമൂഹം ഛിന്നഭിന്നമായി. അടിമത്തസമൂഹം വളർന്നു.

അടിമത്തത്തിൽ രണ്ടു വർഗങ്ങൾ മുഖ്യമായും ഉണ്ടായി, ഉടമകളും അടിമകളും. പിന്നീട് ഈ വർഗവിഭജനം, ചരിത്രത്തിലാകെ കാണാം. സ്വതന്ത്രനും അടിമയും, പ്രമാണിയും സാധാരണക്കാരനും, ജന്മിയും കുടിയാനും, നിർമാതാവും കൈവേലക്കാരനും, മർദ്ദകനും മർദ്ദിതനും, മുതലാളിയും തൊഴിലാളിയും, ചരിത്രത്തിന്റെ ഓരോ ഘട്ടത്തിലും കാണാം. ഇവർ തമ്മിൽ പല സമരങ്ങളും നടന്നു: ചിലപ്പോൾ തുറന്നും ചിലപ്പോൾ ഒളിഞ്ഞും. ഇതാണ് അവസാനം വിപ്ലവപരമായ മാറ്റങ്ങൾക്കിടവെച്ചത്.

വർഗങ്ങളുള്ള സമൂഹത്തിൽ വർഗസമരമാണ് സാമൂഹ്യവികാസത്തിന്റെ മുഖ്യശക്തി. “സമാധാന” കാലത്തും വിപ്ലവത്തിന്റെ കാലത്തും വർഗസമരം നടക്കുന്നുണ്ട്. വിപ്ലവകാലത്ത്, വർഗസമരം മൂർച്ഛിക്കുന്നു എന്നുമാത്രം. സാമൂഹ്യവിപ്ലവമാണ് വർഗസമരത്തിന്റെ ഏറ്റവും ഉയർന്ന രൂപം.

അടിമകൾ യജമാനൻമാർക്കെതിരായി പൊരുതി. അവർ ആയുധങ്ങൾ തല്ലിത്തകർത്തു. യജമാനന്മാരെ ആക്രമിച്ചു. ക്രിസ്തുവിനുമുമ്പ് ഒന്നാം നൂറ്റാണ്ടിൽ സ്പാർട്ടക്കസ് എന്ന അടിമനേതാവ് നേതൃത്വം വഹിച്ച കലാപത്തിൽ ഒരുലക്ഷം അടിമകൾ പങ്കെടുത്തു. നാടുവാഴിത്തത്തിന്റെ കാലത്തുള്ള ഫ്യൂഡൽവിരുദ്ധ സമരങ്ങൾ കൂടുതൽ രൂക്ഷമായിരുന്നു. കുടിയാന്മാർ ജന്മിമാർക്കെതിരെ പൊരുതി. പട്ടണത്തിലെ ദരിദ്രരും, നാട്ടിൻപുറത്തെ കൈവേലക്കാരും കുടിയാന്മാരുടെകൂടെ, ജൻമികൾക്കെതിരായി നിന്നു. പല കലാപങ്ങളും കർഷകയുദ്ധങ്ങളായി മാറി.

ഈ കലാപങ്ങൾകൊണ്ടെന്തു ഫലമുണ്ടായി എന്നു സംശയിക്കുന്നവരുണ്ട്. ചൂഷണം ഇല്ലാതാക്കാൻ അവർക്കു കഴിഞ്ഞുവോ? ഇല്ല. അതിനുള്ള സമയമായിരുന്നില്ല. ഉൽപ്പാദന രീതികൾ അത്രയ്ക്കു വികസിച്ചിരുന്നില്ല. പലപ്പോഴും അസംഘടിതവും ലക്ഷ്യബോധം കൂടാതെയുമായിരുന്നു കലാപങ്ങൾ നടന്നത്. എങ്കിലും ഈ സമരങ്ങൾ ഒന്നും വെറുതെയായില്ല. ചരിത്രത്തിൽ, അടിമകളും കുടിയാന്മാരും നടത്തിയ സമരങ്ങളും കലാപങ്ങളും പല ഫലങ്ങളും ഉണ്ടാക്കി. അടിമസമൂഹത്തിനെ

താങ്ങിനിന്നിരുന്ന പല നെടുംതൂണുകളെയും ഈ കലാപങ്ങൾ തട്ടിമാറ്റി. കുടിയാന്മാരുടെ നിരന്തരപ്രക്ഷോഭമാണ് ഫ്യൂഡൽസമൂഹത്തെ മാറ്റാനും ബൂർഷ്വാസമൂഹം വരാനും സഹായിച്ചത്.

മുതലാളിത്തസമൂഹത്തിലെ വർഗസമരത്തിൽ മുഖ്യശക്തികൾ ബൂർഷ്വാകളും തൊഴിലാളിവർഗവും തന്നെയാണ്. അവർ തമ്മിലുള്ള സമരം പല രൂപത്തിലും കാണാം. കൂടുതൽ കൂലിക്കും മറ്റ് ആവശ്യങ്ങൾക്കും വേണ്ടി തൊഴിലാളികൾ സാമ്പത്തിക സമരങ്ങൾ നടത്തുന്നു. ഈ സമരങ്ങൾ ഒരിടത്തുനിന്ന് മറ്റൊരിടത്തേക്കു വ്യാപിക്കുന്നു. ട്രേഡ് യൂണിയനുകളാണിതിനു നേതൃത്വം നൽകുന്നത്.

മുതലാളിത്തവ്യവസ്ഥയുടെ നെടുംതൂണുകൾക്കെതിരായ രാഷ്ട്രീയസമരം, ഭരണകൂടത്തിനെതിരായി തിരിയുന്നു, തൊഴിലാളിവർഗ സർവാധിപത്യം നേടാനുള്ള സമരമാണത്. പൊതുപണിമുടക്കുകളും പ്രകടനങ്ങളും മുതൽ സായുധസമരംവരെ ഈ വിഭാഗത്തിൽപ്പെടുന്നു.

ബൂർഷ്വാ ആശയങ്ങളെ തോൽപ്പിക്കാനുള്ള പ്രത്യയശാസ്ത്ര സമരവും വർഗസമരത്തിന്റെ ഉയർന്ന രൂപമാണ്. മുതലാളിത്ത സമൂഹത്തിൽ ബൂർഷ്വാ ആശയങ്ങൾക്കുള്ള മേധാവിത്വത്തിനെതിരായുള്ള സമരമാണത്. സോഷ്യലിസ്റ്റ് പ്രത്യയശാസ്ത്രത്തിനുവേണ്ടിയാണ് ഈ സമരം.

കമ്യൂണിസ്റ്റ് പാർട്ടിയാണ് ഈ സമരങ്ങൾക്കെല്ലാം നേതൃത്വം നൽകുന്നത്.

9 789383 903771

Printed by Libri Plureos GmbH in Hamburg,
Germany